AF518838

ഗ്രീൻ ബുക്സ്

ആത്മഹത്യയുടെ രസതന്ത്രം

റിഹാൻ റാഷിദ്

കൊയിലാണ്ടിക്കടുത്ത് മുണ്ടോത്ത് താമസം.
മൈതാനിവളപ്പിൽ സക്കീനയുടെയും
അബ്ദുള്ളയുടെയും മകൻ.
പന്തലായനി മുസ്‌ലിം എൽ.പി. സ്കൂൾ,
കൊയിലാണ്ടി ബോയ്സ് ഹൈസ്കൂൾ
എന്നിവിടങ്ങളിലായി പഠനം.
കൃതികൾ : സമ്മിലൂനി (കഥാസമാഹാരം),
ലക്ഷദ്വീപ് ഒരു സൂഫിലാന്റ് (യാത്രാനുഭവം),
അഘോരികളുടെ ഇടയിൽ (നോവൽ),
ഡോൾസ് (ക്രൈം നോവൽ),
മോഡസ് ഓപ്പറാണ്ടി (ക്രൈംനോവൽ),
ബ്യൂസെഫലസ് (നോവൽ),
യുദ്ധാനന്തരം (നോവൽ).
Email : jannarashid@gmail.com

നോവൽ

ആത്മഹത്യയുടെ രസതന്ത്രം

റിഹാൻ റാഷിദ്

ഗ്രീൻബുക്സ്

green books private limited
gb building, civil lane road, ayyanthole,
thrissur- 680 003, kerala, ph: +91 487-2381066, 2381039
website: www.greenbooksindia.com
e-mail: info@greenbooksindia.com

malayalam
aathmahathyayute rasathanthram
novel
by
rihan rashid

published august 2022

cover design : rajesh chalode

printed in india
manipal technologies ltd

branches:
thrissur 0487-2422515
thiruvananthapuram 0471-2335301
calicut 0495 4854662

isbn : 978-93-93596-91-8

₹ 140.00
GBPL/1244/2022

മുഖക്കുറി

റിഹാൻ റഷീദ് ഈ പുസ്തകം അവസാനിപ്പിക്കുന്നത് ''മരണമെന്നു പറഞ്ഞ് ഭയപ്പെടുത്തുന്ന ജീവിതചക്രത്തിന്റെ ഈ അവസ്ഥ യഥാർത്ഥത്തിൽ ഏറ്റവും ആസ്വാദ്യകരമായ ഒന്നാണ്. ആർദ്രമായി തഴുകുന്ന നേർത്ത കാറ്റിന്റെ മൂളക്കം. പൂവിനു ചുറ്റിലും പറക്കുന്ന ശലഭത്തിന്റെ ചിറകടിയൊച്ചയുടെയത്രയും സൂക്ഷ്മമായതാണത്. അതെ, മരണം തികച്ചും ആനന്ദകരമാണ്'' എന്ന വാക്യങ്ങളോടെയാണ്. മനസ്സിന്റെ ലോലതലങ്ങളിലൂടെ സഞ്ചരിക്കുന്ന ചിലരെങ്കിലും മരണത്തിന്റെ മാസ്മരികതയിൽ അകപ്പെടുകയും അതിനെ അകാലങ്ങളിൽതന്നെ പുൽകുകയും ചെയ്തിട്ടുണ്ട്. പാശ്ചാത്യ നോവലുകളോട് കിടപിടിക്കുന്ന ഈ രചന നമ്മെ നയിക്കുന്നത് മരണത്തിന്റെ മോഹവഴികളിലൂടെയാണ്.

എങ്കിലും ലൗകിക ജീവിതത്തിനിടയിൽ മരണമെന്ന അനിവാര്യമായ യാഥാർത്ഥ്യത്തിന് നേരെ കണ്ണടയ്ക്കാനാണ് നാം ഓരോരുത്തർക്കും താത്പര്യം. ആത്മഹത്യയെ അനിവാര്യമായ ഒരു അന്ത്യത്തിലേക്ക് മുൻകൂട്ടിയുള്ള കീഴടങ്ങലായേ കാണാനാവൂ. ഒന്നിൽനിന്നും ഒളിച്ചോടുകയോ കൂടുതൽ നല്ല അന്ത്യം പ്രതീക്ഷിച്ച് സ്വയം ഒരു കളിയിൽനിന്ന് പിന്മാറുകയോ ചെയ്യുന്നത് ഭീരുത്വമാണ്. ഭാവിയിൽ ഈ കളി എങ്ങനെയാണ് പുരോഗമിക്കുകയെന്ന് നമുക്ക് അറിയുകയില്ല. ഇന്ന് കാണുന്ന പ്രതിസന്ധികളും നമ്മുടെ തന്നെ ജീവിത കാഴ്ചപ്പാടുകളും മാറിക്കൊണ്ടിരിക്കുകയാണ്. അതിനാൽത്തന്നെ പ്രതീക്ഷിച്ചതിൽ നിന്നും തീർത്തും വ്യത്യസ്തമായാണ് ജീവിതവഴികൾ നമ്മെ നടത്തുക. ഇതിന്റെ പിൻകുറിപ്പിൽ ഗ്രന്ഥകാരൻ പറഞ്ഞതു തന്നെയാണ് ഞങ്ങൾക്കും ഓർമ്മിപ്പിക്കാനുള്ളത്. ''ജീവിതത്തേക്കാൾ ആസ്വാദ്യകരമായി മറ്റൊന്നുമില്ല.''

നമ്മുടെ ഓരോരുത്തരുടെയും ജീവിതത്തിന് ഓരോ ലക്ഷ്യങ്ങൾ മുൻകൂട്ടി നിശ്ചയിക്കപ്പെട്ടിട്ടുണ്ട്. അതിലൂടെ നയിക്കപ്പെടുന്ന നമ്മൾ, പൂർണ്ണമനസ്സോടെ ചുറ്റുമുള്ള സന്തോഷങ്ങൾ ഉൾക്കൊണ്ടു നടക്കുകയേ വേണ്ടൂ.

എഡിറ്റർ

സ്വപ്നങ്ങൾ അറുത്തെടുത്ത് തിരിച്ചു പോകുന്നവർ

അജീഷ് ജി ദത്തൻ

പ്രവർത്തിക്കാൻ എന്തെങ്കിലും ഉണ്ടായിരിക്കുക, സ്നേഹിക്കാൻ എന്തെങ്കിലുമുണ്ടായിരിക്കുക, ആശിക്കുവാൻ എന്തെങ്കിലുമുണ്ടായിരിക്കുക ഈ മൂന്നിലുമാണ് ലോകത്തിലെ സുഖം അന്തർഭവിച്ചിരിക്കുന്നത്. ഇവയിലെല്ലാം എനിക്ക് നിരാശയാണ് അനുഭവം. എനിക്ക് ഏകരക്ഷാമാർഗ്ഗം മരണമാണ്. അതിനെ, ഞാൻ സസന്തോഷം വരിക്കുന്നു. ആനന്ദപ്രദമായ ഈ വേർപാടിൽ ആരും നഷ്ടപ്പെടുന്നില്ല. ഞാൻ നേടുന്നുമുണ്ട്. മനസാ, വാചാ, കർമ്മണാ ഇതിൽ ആർക്കും ഉത്തരവാദിത്വമില്ല. സമുദായത്തിന്റെ സംശയദൃഷ്ടിയും നിയമത്തിന്റെ നിശിതഖഡ്ഗവും നിരപരാധിത്വത്തിന്റെ മേൽ പതിക്കരുതേ!

എനിക്ക് പാട്ടുപാടുവാൻ ആഗ്രഹമുണ്ട്; എന്റെ മുരളി തകർന്നുപോയി. കൂപ്പുകൈ.

> ''മണിമുഴക്കം മരണദിനത്തിന്റെ
> മണിമുഴക്കം മധുരം വരുന്നു ഞാൻ''

എന്നവസാനമായി എഴുതിവെച്ച് മരണത്തിലേക്ക് പോയ ഇടപ്പള്ളി രാഘവൻപിള്ളയുടെ അന്ത്യസന്ദേശമാണ് മുകളിലുദ്ധരിച്ചത്. മലയാളസാഹിത്യത്തെ ഏറെ പിടിച്ചുകുലുക്കിയ ഒരാത്മഹത്യാക്കുറിപ്പായിരുന്നു അത്.

റിഹാൻ റാഷിദിന്റെ 'ആത്മഹത്യയുടെ രസതന്ത്രം' ഒരർത്ഥത്തിൽ ഇതുപോലെ കുറെ മരണക്കുറിപ്പുകളുടെ സമാഹാരമാണെന്നു പറയാം. നോവൽ വായിച്ചവസാനിപ്പിക്കുമ്പോൾ ലോകം നേരിടുന്ന ഏറ്റവും വലിയ ദാർശനിക

പ്രശ്നം ആത്മഹത്യയാണെന്നു പറഞ്ഞ ആൽബേർ കാമുവിനെ ഓർത്തുപോകുന്നു. ആത്മഹത്യയുടെ പിന്നിലെ അസംബന്ധത നിറഞ്ഞ വൈകാരികാനുഭവത്തെ വിവരിക്കാൻ നമുക്ക് സാധിക്കാറില്ല. എന്തിനാണ് മനുഷ്യൻ സ്വയം ജീവനെടുക്കുന്നത് എന്ന ചോദ്യം പലപ്പോഴും വിശദീകരണക്ഷമമല്ല.

ആത്മഹത്യ ചെയ്തവർ എഴുതിവെച്ച അവസാനക്കുറിപ്പുകളിൽനിന്ന് ജീവിച്ചിരിക്കുന്നവർ മരണത്തിന് പുതിയ ഭാഷ്യങ്ങൾ ചമയ്ക്കുകയാണ് ചെയ്യുന്നത്. ലോകംതന്നെ അടിസ്ഥാനപരമായി അതിന്റെ അയുക്തികതയിലാണ് നിലനിൽക്കുന്നത് എന്നതുകൊണ്ടുതന്നെ ഈ അസംബന്ധതയുടെ ആഴം അന്വേഷിച്ചു പോകുന്നതിൽ നാം പരാജയപ്പെടുന്നു.

'ജീവിതം എത്ര വിരസമാണെന്നോ മരണമാവട്ടെ, ശാന്തതയുടെ സൗന്ദര്യമാണ്' എന്നൊരിടത്ത് നോവലിസ്റ്റ് തന്റെ കഥാപാത്രത്തെക്കൊണ്ട് പറയിപ്പിക്കുന്നുണ്ട്. ഇടപ്പള്ളിയുടെ അന്ത്യസന്ദേശത്തിലെപ്പോലെ വിരസത ഇതിലെ കഥാപാത്രങ്ങളേയും വേട്ടയാടുന്നത് നാം കാണുന്നു. ലോകത്താകമാനം സംഭവിക്കുന്ന ആത്മഹത്യകൾക്ക് ചില പൊതുസ്വഭാവങ്ങൾ ഉണ്ടെന്ന് സാമൂഹിക ശാസ്ത്രജ്ഞർ കണ്ടെത്തി അവതരിപ്പിച്ചിട്ടുണ്ട്. എമിൽ ദുർഖൈം എന്ന ഫ്രഞ്ച് ചിന്തകൻ പറയുന്നത് ആത്മഹത്യ പ്രധാനമായും മൂന്നു തരത്തിലുണ്ടെന്നാണ്. ഈഗോയിസ്റ്റിക് (egoistic), അനോമിക് (anomic), അൾട്രൂയിസ്റ്റിക് (atlruistic). കുടുംബം, രാഷ്ട്രീയജീവിതം, മതപ്രവർത്തനങ്ങൾ എന്നിവയിൽനിന്നും ഒറ്റപ്പെടുമ്പോൾ ഈഗോയിസ്റ്റിക് ആത്മഹത്യകൾ സംഭവിക്കുന്നുവത്രെ.

സാമൂഹികമായ പദവിയിൽ, ജീവിതത്തിലൊക്കെ അപ്രതീക്ഷിതമായ പരിവർത്തനങ്ങൾ സംഭവിക്കുമ്പോൾ അനോമിക് സ്വഭാവമുള്ള ആത്മഹത്യകളുണ്ടാകുന്നു. സാമൂഹിക ജീവിതത്തിൽ സജീവമായി ഇടപെടുന്ന ചിലർ മാനവരാശിയുടെ ഉന്നമനത്തിനുവേണ്ടി സ്വയം ഇല്ലാതാകാറുണ്ട്. ഇത്തരം ആത്മഹത്യകളാണ് അൾട്രൂയിസ്റ്റിക് ആത്മഹത്യകൾ. ലോകം മുഴുവൻ ആത്മഹത്യകൾ സംഭവിക്കുന്നു. പലപ്പോഴും സാധാരണമായി അവ എണ്ണപ്പെടുന്നു.

അന്തസ്സുള്ള മാർഗ്ഗമായി, പാപമായി, ഒരു ഫാഷനായുമൊക്കെ ആത്മഹത്യകൾ ലോകമെമ്പാടും വിലയിരുത്തപ്പെട്ടിട്ടുണ്ട്. പ്രത്യേകിച്ച് എഴുത്തുകാരുടെയും കലാകാരന്മാരുടെയും ആത്മഹത്യകൾ, അവരെ ആരാധനാപാത്രങ്ങളാക്കി മാറ്റിയിട്ടുണ്ട്. ആത്മഹത്യയെ കലാകാരന്മാർ സർഗ്ഗാത്മകമായ കലയാക്കി മാറ്റി. സിൽവിയ പ്ലാത്തിനെ പോലെയുള്ളവർ അതു പറയുകതന്നെ ചെയ്തിട്ടുണ്ട്. ആത്മഹത്യ തന്നെ അവർ അങ്ങനെയാക്കിത്തീർത്തു. തന്റെ വായിലേക്ക് തോക്ക് കടത്തിവെച്ച് ട്രിഗറിൽ വിരലമർത്തിയ ഹെമിംഗ് വേ, 'ഒരു ഫോൺ വരും' എന്ന് മാതാപിതാക്കളോട് അവസാനമായി പറഞ്ഞ് ആത്മഹത്യ ചെയ്ത നന്ദിത, 'Keralites are a lost people' എന്നെഴുതിവച്ച് ആത്മഹത്യ ചെയ്ത സുബ്രഹ്മണ്യദാസ്, കഥാകാരി രാജലക്ഷ്മി, ടി.പി കിഷോർ, നന്തനാർ അങ്ങനെ കേരളത്തിൽതന്നെ എത്രയോ പേർ... ഇവരിൽ ചിലരൊക്കെ പേരുകളായും പുസ്തകങ്ങളായും ഈ നോവലിലെ കഥാപാത്രങ്ങളെ പിന്തുടരുന്നതു കാണാം.

ജീവിച്ചിരിക്കുന്നവർ മുൻപിൽ വരുമ്പോൾ അവർ മരിച്ചവരായി സങ്കൽപ്പിച്ചുനോക്കുന്ന വിചിത്ര മനോനിലയുള്ളവനാണ് ഇതിലെ ആഖ്യാതാവ്. കൂടെ ജോലിചെയ്ത പെൺകുട്ടി ആത്മഹത്യ ചെയ്യുമ്പോൾ അയാളോർക്കുന്നത് അവളെ ആദ്യം കണ്ട നിമിഷത്തെപ്പറ്റിയാണ്. നോക്കുക: 'ശലഭങ്ങളുടെ ചിത്രങ്ങൾ തുന്നിയ ഒരു സാരിയുടുത്താണ് അന്നവൾ വന്നത്. എനിക്കപ്പോൾ അതൊരു കൂട്ടം ശലഭങ്ങൾ പൊതിഞ്ഞുകൊണ്ടുവന്ന മരണപ്പെട്ടവളായയാണ് തോന്നിയത്.' അവൾ മരണത്തിനു മുമ്പെഴുതിയ അയാൾക്കുള്ള കത്തിൽ പറയുന്നത് 'നിങ്ങളെ ആദ്യമായി കണ്ട ദിവസം തന്നെ നിങ്ങളിൽ തങ്ങിനിന്ന മരണഗന്ധം എന്നെ ആകർഷിച്ചിരുന്നു' എന്നാണ്.

ഇതിലെ ആഖ്യാതാവ് ജീവിച്ചിരിക്കെത്തന്നെ മരണഗന്ധം പേറുന്നവനാണ്. അയാൾ നല്ലൊരു വായനക്കാരനാണ്. മീൻവെട്ടുകാരന്റെ കാമുകി, റാഹേലമ്മ തുടങ്ങി ഇതിലെ മറ്റു കഥാപാത്രങ്ങളും പുസ്തകപ്പുഴുക്കൾ എന്നു വിളിക്കാൻ പറ്റുന്നവരാണ്. കലാകാരന്മാരുടെ ആത്മഹത്യകൾ ഈ എഴുത്തുകാരനെ പ്രേരിപ്പിച്ചതിന്റെ ദൃഷ്ടാന്തങ്ങളാണ് ഈ സ്ത്രീകഥാപാത്രങ്ങൾ. ഒരു സ്ത്രീകഥാപാത്രം

പറയുന്നു: 'മനുഷ്യർ സ്വതന്ത്രരായ വ്യക്തികളാണെന്നു പറയുകയും അതേസമയം മറ്റുള്ളവർക്കുവേണ്ടി ജീവിക്കാൻ നിർബന്ധിതരാകുകയുമാണ്. ഇരുപതു വയസ്സുവരെ ഞാനും അങ്ങനെ തന്നെയായിരുന്നു. ജൂതപ്പള്ളി റോഡിലെ ആ പുസ്തകശാലയിലെ സന്ദർശനങ്ങളാണ് എന്റെ ചിന്ത കളിൽ ആത്മഹത്യയുടെ സ്വാതന്ത്ര്യം നിറച്ചത്.' ഈ കഥാപാത്രംതന്നെ തുടർന്നു പറയുന്നത് നന്ദിതയുടെ കവിതകളിലേക്ക് ആഴത്തിൽ ഇറങ്ങിയപ്പോഴാണ് മരിക്ക ണമെന്ന ആഗ്രഹം തന്നെ കീഴ്പ്പെടുത്തിയതെന്നാണ്. ഇതിലെ കഥാപാത്രങ്ങൾ സ്വയംഹത്യയുടെ സാധൂകരണം കണ്ടെത്തുന്നത് ആത്മഹത്യയെ സർഗ്ഗാത്മകമാക്കി മാറ്റിയ എഴുത്തുകാരിൽനിന്നാണെന്ന് ഈ ഉദാഹരണങ്ങൾ തെളി യിക്കുന്നു. മരണത്തിന്റെ സ്വാതന്ത്ര്യം ആശിക്കുന്നവരാണ് ഇതിലെ കഥാപാത്രങ്ങൾ. വിഷാദം എന്ന ഒറ്റക്കാരണ ത്തിലേക്കുമാത്രം അതിനെ ചുരുക്കേണ്ടതുമില്ല. അങ്ങനെ അതിന് ഉറപ്പുള്ള ഒരു കാരണം തേടേണ്ടതില്ല.

ആത്മഹത്യ പലപ്പോഴും എഴുത്തുകാർക്കു മാത്രമല്ല സാധാരണക്കാർക്കും കലാപരമായ സൗന്ദര്യമുൾക്കൊള്ളു ന്നതാണ്. ഒരു കാലത്ത് യൂറോപ്പിൽ 'വെർതറുടെ ദുഃഖ ങ്ങൾ' എന്ന നോവൽ വായിച്ച് ധാരാളം യുവാക്കൾ ആത്മ ഹത്യയിൽ അഭയം തേടിയതായി വായിച്ചിട്ടുണ്ട്. അവരുടെ മൃതദേഹത്തിനു ചുറ്റും നിന്ന് നോവലിന്റെ പ്രതികൾ കണ്ടെടുത്തിട്ടുണ്ടത്രെ. സാഹിത്യത്തിന്റെ പക്ഷത്തുനിന്ന് വീക്ഷിക്കുമ്പോൾ കലാകാരനു മാത്രമല്ല ആത്മനശീ കരണത്വരയുള്ളത്, വായനക്കാർക്കും അതാകാം. ഈ നോവലിലെ കഥാപാത്രങ്ങൾ പലപ്പോഴും അവരുടെ വിചിത്ര ഫാന്റസികൾ വിവരിച്ചുകൊണ്ടുപോവുന്നത് എഴുത്തുകാരി ലൂടെയും പുസ്തകങ്ങളിലൂടെയുമാണെന്നു കാണാൻ പ്രയാസമില്ല. ഇത് ആത്മഹത്യകളെ സർഗ്ഗാത്മകമായി കാണാൻ അവരെ പ്രേരിപ്പിച്ചു എന്നതിന്റെ തെളിവാണ്.

ആത്മഹത്യയ്ക്കും ജീവിതത്തിനുമിടയിലെ നേർത്ത അതിർവരമ്പ് ഇതിലെ ആഖ്യാതാവിന് ഒരു പാലത്തിന്റെ കൈവരികൾ മാത്രമാണ്. 'മരണമെന്നു പറഞ്ഞ് ഭയപ്പെടു ത്തുന്ന ജീവിതചക്രത്തിന്റെ ഈ അവസ്ഥ യഥാർത്ഥ ത്തിൽ ഏറ്റവും ആസ്വാദ്യകരമായ ഒന്നാണെന്ന്' അവസാനം

അയാളും ഉറക്കെപ്പറയുന്നുണ്ട്. ആത്മഹത്യയുടെ ദാർശനികമായ ഉൾക്കാഴ്ചയുടെ തലമാണ് ഈ നോവൽ മുന്നോട്ടു വെയ്ക്കുന്നത് എന്ന് ഇതെല്ലാം തെളിയിക്കുന്നു. 'ലേഡിലാസറസ്' എന്ന കവിതയിൽ സിൽവിയ പ്ലാത്ത് എഴുതിയത് 'മരിക്കുക എന്നത് ഒരു കലയാണ്, മറ്റെന്തിനേയും പോലെ. ഞാനത് അതിമനോഹരമായി ചെയ്യുന്നു' എന്നാണ്.

എക്കാലത്തേയും മികച്ച ഈ ആത്മഹത്യാക്കുറിപ്പ് ഓർത്തുകൊണ്ട് ആത്മഹത്യയുടെ രസതന്ത്രത്തിലേക്ക് വായനക്കാരെ ക്ഷണിക്കുന്നു.

■

ആരോടും പറയാത്ത രഹസ്യം

ആകാശവും ഭൂമിയും ചുട്ടുപഴുത്ത് നിൽക്കുന്നൊരു രാത്രിയിലാണ് ഉഷ്ണക്കാറ്റിനൊപ്പം അവനെന്റെ മുറിക്കുള്ളിലേക്ക് കയറിവന്നത്. നീല നിറമുള്ളൊരു സൈക്കിളിലാണവൻ വന്നത്. അടുക്കും ചിട്ടയുമില്ലാതെ അലസമായ് വാരിയിട്ട പുസ്തകങ്ങളിലൊന്നിൽ മറന്നുവെച്ചൊരു കഥയുടെ ഹൃദയം തിരയുകയായിരുന്ന ഞാൻ അവനെ കണ്ടില്ലെന്ന് നടിച്ചു. വന്നയുടനെ അവൻ എന്നോട് അനുവാദം ചോദിക്കാതെ ഞാൻ മറന്നുവെച്ചതിനെ തിരയാൻ കൂടി. ആ രാത്രി മുഴുക്കെ ഒന്നും മിണ്ടാതെ രണ്ടു നിശ്വാസങ്ങളുടെ കുറുകലുകളായി ഞങ്ങളിരുന്നു. പുസ്തകങ്ങളുടെ മണങ്ങളിൽ മുഴുകി കഥ തിരയുന്ന തിരക്കിൽ ഞാനവന്റെ മുഖത്തേക്ക് നോക്കിയപ്പോൾ വിഷാദത്തിന്റെ കടുംനിറങ്ങളണിഞ്ഞൊരു കൊളാഷ് കണക്കെ മുഖഭാവങ്ങൾ മിന്നിമറഞ്ഞിരുന്നു. ചിരിക്കുകയാണെന്ന് സ്വയം ബോധ്യപ്പെടാൻ ചുണ്ടുകളടച്ചുവെച്ച് ഇരുവശത്തേക്കും അവന്റെ കവിളുകളൊന്ന് വലിഞ്ഞുനിന്നു. കവിളിന്റെ വലിച്ചിലൊരു നോവായപ്പോൾ നാവുനീട്ടിയവൻ ചുണ്ടുകളൊന്ന് നനച്ചപ്പോഴാണ് അവനിലൊരു കഥയുടെ വിത്തുണ്ടെന്ന് കണ്ടെടുത്തത്.

തിരഞ്ഞുകൊണ്ടിരുന്ന കഥയെ പൂർണ്ണമായും ഉപേക്ഷിച്ച് ഞാനവനെ അരികിലേക്ക് വിളിച്ചിരുത്തി. പുസ്തകശേഖരത്തിൽ നിന്നും എടുത്ത ജിബ്രാന്റെ ഒടിഞ്ഞ ചിറകുകളും കൈയിലെടുത്തു കൊണ്ട് അവൻ എനിക്കഭിമുഖമായിരുന്നു. എന്റെ കൈയിലപ്പോൾ ദസ്തയെവ്സ്കിയുടെ കുറ്റവും ശിക്ഷയുമെന്ന പുസ്തകമായിരുന്നു.

‘‘ദസ്തയെവ്സ്കിയെ ഇഷ്ടമാണോ?’’

ആദ്യമായി കാണുന്നവനോട് ചോദിക്കാമായിരുന്ന എറ്റവും നല്ല ചോദ്യമതാണെന്ന് പിന്നീടെനിക്ക് തോന്നിയിട്ടില്ലാത്തൊരു ഉത്തരമാണ് അവൻ പറഞ്ഞത്.

വായിക്കാറുണ്ട്. അന്നയിലൂടെ ഞാനയാളിലേക്ക് പരകായ പ്രവേശനം നടത്താറുണ്ട്. പക്ഷേ എന്നെ ഏറെ സ്വാധീനിച്ചത് നാസ് ചെൻകയുടെ മുത്തശ്ശി സെവില്ലയിലെ ക്ഷുരകൻ എന്ന ഓപ്പറയിലെ റൊസീനയായി അഭിനയിച്ച ഓർമ്മകളുടെ സംഗീതം അനുഭവിക്കുന്നതാണ്. ഒന്നിനുമല്ല. എന്റെ മാത്രം ആനന്ദത്തിനായി. ഞാനത് വിശദമായി പറയാം. ഒരുപക്ഷേ ഇനിയൊരവസരം ലഭിച്ചില്ലെന്നു വരാം. പീറ്റേഴ്സ്ബർഗ് നഗരത്തിലേക്ക് ഒന്നര നൂറ്റാണ്ടുകൾക്ക് പിന്നിലാണ് ഞങ്ങളിപ്പോൾ സഞ്ചരിക്കുന്നത്, ഞങ്ങളെന്ന് പറയുമ്പോൾ കൂടെ ആരെല്ലാമാണ് എന്നതല്ലേ ആലോചിക്കുന്നത്.

നാല് രാത്രികളും ഒരു പ്രഭാതവും!

പീറ്റേഴ്സ്ബർഗ് നഗരത്തിലെ ഭൂരിഭാഗം മനുഷ്യരും ദൂരെയുള്ള ദ്വീപുകളിലേക്ക് യാത്ര പോവുന്ന തിരക്കിലാണ്. വിജനമാവുന്ന വീടുകൾ, കെട്ടിടങ്ങൾ, വഴികൾ, എല്ലായിടത്തും അതിതീവ്രമായ നിശ്ശബ്ദതയെ ദർശിച്ച് കാൽനടയായി സഞ്ചരിക്കുന്ന ഫയദോറിന്റെ നിഴലുപറ്റിയാണ് എന്റെ സഞ്ചാരം. അതീവദുഃഖിതനായിരിക്കെ അയാളിലെ ഹൃദയത്തിന്റെ കഠിനമായ വ്യഥകളുടെ യാത്രയാണിത്. ഭൂതകാലത്തിലേക്ക് അയാളെ കൊണ്ടുപോയത്, ആദ്യത്തെ രാത്രിയിൽ വഴിയരികിൽ ഏകയായി നിൽക്കുകയായിരുന്ന സ്ത്രീയിലൂടെ. അവളെ കടന്നുപോവുന്നതിനിടയിൽ കേട്ട തേങ്ങലുകൾ ഫയദോറിനൊപ്പം എന്നേയും പിടിച്ചുനിർത്തി. പിന്തിരിഞ്ഞ് അവളുടെ അരികിലേക്ക് ചെന്നെങ്കിലും പാതയുടെ എതിർവശത്തോട് ചേർന്നവൾ നടത്തത്തിന് വേഗതയേറ്റി.

ഏതൊരു നഗരത്തിന്റെയും രാത്രികളിൽ ഒറ്റപ്പെടുന്ന സാധാരണ സ്ത്രീയുടെ ചിന്തകൾ തന്നെ പിന്തുടരുന്നവർ അക്രമകാരികളാണെന്നുതന്നെയാവും. അതാവാം അവളേയും ആശങ്കപ്പെടുത്തിയത്. വലിയൊരു മലമ്പാമ്പ് ഇരയെ വിഴുങ്ങി അനക്കമില്ലാതെ കിടക്കുന്നതുപോലെയാണ് പാതയെ എനിക്ക് വിശേഷിപ്പിക്കാനാവുന്നുള്ളൂ. ഫയദോർ നടക്കുന്ന പാതയുടെ എതിർവശത്തുകൂടെ അവൾ വേഗത്തിൽ നടക്കുമ്പോഴാണ് വസ്ത്രധാരണത്തിൽമാത്രം മാന്യനായ ഒരുവൻ അവളുടെ പിന്നാലെ ഓടാൻ തുടങ്ങിയത്. അയാളുടെ ബലിഷ്ഠമായ കൈകൾക്കുള്ളിൽ അവൾ അടുത്ത നിമിഷം ചിറകൊടിഞ്ഞൊരു മാടപ്രാവുപോലെ കുരുങ്ങുമെന്ന് ഞാൻ ചിന്തിക്കെ ഫയദോർ വലിയൊരു ഉരുളൻവടിയുമായി പാതയുടെ എതിർവശത്തുനിന്നും ഓടിയെത്തി അയാളിൽനിന്നും അവളെ രക്ഷപ്പെടുത്തി. ഒരു തരത്തിൽ കാലങ്ങളായ് കണ്ട് കൂടിച്ചേരേണ്ട പുഴയുടെ കൈവഴികൾ ഒന്നാവാൻ അയാൾ കാരണമായതാവും എന്നാണ് ഞാൻ വിശ്വസിക്കുന്നത്. വിഷാദം ഭക്ഷിച്ച് ഹൃദയത്തിന്റെ

വേദനകളെ അടക്കിനിർത്തിയിരുന്ന രണ്ടു പേരുടെ ഭൂതകാലങ്ങളിലേക്ക് മൂന്ന് രാത്രികൾ! ഉന്മാദമോ ഏകാന്തതയുടെ സാമീപ്യംകൊണ്ട് ഗർഭം ധരിച്ചതോ ആയ ജീവിതം പങ്കുവെയ്ക്കുന്ന രണ്ടുപേർക്കിടയിലേക്ക് ഞാൻ നൂണ്ടുകയറി. കഠിനമായ വ്യഥകളിലിരിക്കുന്ന ഒരുവളെ ഏറ്റവും ക്ഷമയോടേ കേൾക്കുകയും ഉത്തമമെന്ന് അവൾക്ക് വിശ്വസനീയമാവുന്ന പ്രവൃത്തിയിലൂടെ ഹൃദയത്തിലേക്ക് ആഴത്തിൽ ചെന്നെത്താനാവുമെന്ന് നാസ്ചെൻകയുടെ വിരഹത്തെ ഫയദോർ അലിയിച്ചെടുക്കുന്നതും പ്രതീക്ഷയുടെ അനേകം കൈവഴികൾ തെളിക്കുന്നതും ഞാൻ കാണുന്നുണ്ടായിരുന്നു. ഏറ്റവും ആകർഷകമായി എനിക്കനുഭവപ്പെട്ടത്, ഫയദോർ തന്റെ വിചിത്രമായ ജീവിതാനുഭവങ്ങളും സ്വപ്നങ്ങളും വിരഹങ്ങളും കഠിനമായ വേദനകളും അവളോട് പങ്കുവെച്ചുകൊണ്ടാണെന്നതാണ്. അടിത്തട്ട് തെളിഞ്ഞു കാണുന്ന ജലാശയമെന്നോണം രണ്ടുപേർക്കിടയിൽ രഹസ്യങ്ങളൊന്നും ഇല്ലാതായാൽ ശുദ്ധമായ സ്നേഹം ദൃശ്യമാവും. മൂന്ന് രാത്രികൾ തികച്ചും അതീവ വിശിഷ്ടമായി കടന്നുപൊയ്ക്കൊണ്ടിരുന്നു.

ഓരോ ദിവസവും പകൽ കൊഴിഞ്ഞു തീരാൻ ആശിച്ച ദിനങ്ങൾ. ഫയദോറും നാസ്ചെൻകയും എന്നെ അത്രയേറെ സ്വാധീനിക്കുകയും നാലാം രാത്രിയിൽ സംഭവിക്കുന്നത് എന്താവുമെന്ന ആകാംക്ഷയും ഏറിവന്നതിനാൽ. അപ്രതീക്ഷിതമായി അവളുടെ കാമുകൻ ആ രാത്രിയിൽ ആലിംഗനബദ്ധരായിരിക്കുന്ന അവരെ കടന്നുപോവുന്നതുവരെ. അഞ്ചാം ദിവസത്തെ പ്രഭാതത്തിൽ ഫയദോറിനെ തേടിവന്ന അവളുടെ കത്തിൽ സ്നേഹമെന്നതിന് ഇന്നോളം ആരും നൽകാത്ത നിർവചനമുണ്ടായിരുന്നു. ഏകാന്തതയും സ്വപ്നങ്ങളും ഉന്മാദനാക്കിയ ഒരു മനുഷ്യൻ വിചിത്രമായ കാഴ്ചകളും കഠിനമായ ജീവിതവുമായി ഫൊന്താൻക നദിയുടെ തീരങ്ങളിലൂടെ ഏകനായി നടക്കുന്നു. അങ്ങനെയൊരു രാത്രിയെങ്കിലും നമ്മുടെ ജീവിതത്തിൽ ഓർത്തെടുക്കാനുണ്ടോ?

മറ്റൊരു ചോദ്യം കൊണ്ട് അവന്റെ ആത്മാവിലേക്ക് കുരുക്കെറിഞ്ഞു. ഞാനാവാട്ടെ, ആ കുരുക്കിനുള്ളിൽ പിടയുകയും ചെയ്തു. പൂർണ്ണമായും അവന്റെ വാക്കുകൾക്കു മാത്രമായി ഞാൻ ഹൃദയത്തെ തുറന്നിടാൻ ആരംഭിച്ചത് ആ നിമിഷത്തിലാണ്. ജിബ്രാന്റെ പ്രണയത്തെ അത്രമേലെന്നിൽ നിറച്ച ഓർമ്മകളിൽ തടവിലാക്കപ്പെട്ടതിനാൽ. ജനാലകൾ തുറന്നിട്ടതിലൂടെ ഉഷ്ണക്കാറ്റ് കയറിവന്ന് ഞങ്ങൾക്കിടയിൽ വിയർപ്പുഗന്ധം നിറച്ചു. മുറിയുടെ മൂലയിലുള്ള പൊടിപിടിച്ച ഫാൻ സർവ്വശക്തിയുമെടുത്ത് ഊർദ്ധശ്വാസത്തോളമെത്തിയിട്ടും ഉഷ്ണത്തോട് തോറ്റു പിന്മാറി കിതച്ചോടിനിൽക്കെ അവനിരുന്ന മരക്കസേരയുടെ കാലുകൾ വേരുകളായി നേർത്തു.

ഞാനത്ഭുതപ്പെട്ടുനിൽക്കെ മുറിയാകെ ആ വേരുകളോടി നടന്നു. നേരത്തെ വലിഞ്ഞുമുറുകിയ അവന്റെ കവിളിലെ മറുകുകൾ പതിയെ വിടർന്നൊരിലയായി. നിമിഷാർദ്ധത്തിൽ ഇരുവശത്തേക്കുമത് തലയാട്ടി. കണ്ണു ചിമ്മിത്തുറക്കാൻ ഞാനെടുത്ത സമയത്തിന്റെ മധ്യത്തിലെപ്പൊഴോ അവിടേക്കൊരു നിശാശലഭം വന്നണഞ്ഞു. വീതിയുള്ള ചിറകിലെ കറുത്ത പ്രതലത്തിൽ ഇരുവശത്തേക്കും പിരിഞ്ഞൊഴുകുന്ന തരത്തിൽ മഞ്ഞ വരകൾ പ്രത്യക്ഷമായി. ഞാൻ ആ ശലഭത്തെ തൊടാനായവേ അവന്റെ ശബ്ദം മുറിക്കുള്ളിൽ നിറഞ്ഞു. സ്നേഹത്താൽ മുറിവേൽക്കപ്പെടുകയും സ്നേഹത്താൽ പീഡകളേൽക്കുകയും ചെയ്ത ഞങ്ങളുടെ കഥയെ ഞാനെഴുതാനാരംഭിച്ചു.

രണ്ടു പുരുഷന്മാർ പ്രണയത്തിലകപ്പെട്ട കഥയിലെ നായിക സ്നേഹത്തിന്റെ നിർവചനങ്ങൾ ശരീരാവസ്ഥകളാണെന്ന് വിശ്വസിപ്പിച്ചിരിക്കുന്നതിൽ ആകുലപ്പെട്ടിരിപ്പാണ്. സ്നേഹത്തിന് താമസിക്കാൻ ശരീരം ആവശ്യമില്ലെന്ന അവന്റെ വാക്കുകൾ സമൂഹം നിശ്ശേഷം തള്ളിപ്പറഞ്ഞിരിക്കുകയാണ്. മുറിക്കുള്ളിലെ അലമാരയുടെ ഏറ്റവുമടിത്തട്ടിൽനിന്നപ്പോൾ ഒരു ശബ്ദമുയർന്നു.

''പുഴയിലൊരിക്കലേ മുങ്ങാനാവുകയുള്ളൂ.''

ആരാണത്?

മൂന്നാമതൊരാൾ നമ്മളെ കേൾക്കുന്നത്? രഹസ്യത്തെ ഒളിഞ്ഞ് കേൾക്കപ്പെട്ടതിന്റെ ആധിയിൽ അവൻ സൂക്ഷിച്ചു നോക്കി.

''ഹെറാക്ലീറ്റസാണത്.''

തൊട്ടരികിലിരുന്ന പുസ്തകത്തിൽനിന്നും ഉറച്ച ശബ്ദമവനെ വിശ്വാസത്തിലേക്ക് തിരികെയെത്തിച്ചു. ഞാനപ്പോൾ പുസ്തകശേഖരത്തിൽ തീപിടിച്ചമരുന്നതിന്റെ ചൂടിലകപ്പെട്ടു. പ്രണയമെന്നാൽ രതിയുടുപ്പിന്റെ കുടുക്കുകൾ മാത്രമാണ്. ചിലരൊഴികെ. അവരാവട്ടെ പ്രണയത്താൽമാത്രം രതിയുടെ ഏറ്റക്കുറച്ചിലുകളിലേക്ക് ചെന്നെത്തപ്പെടുകയാണ്. ഇത്രയും പറഞ്ഞുകൊണ്ട് അവൻ എതിർവശത്തേക്ക് തിരിഞ്ഞുനിന്നുകൊണ്ട് ഉടുപ്പുകളഴിച്ചിട്ടു. പുസ്തകങ്ങളുടെ മറവിൽ മുഖം മാത്രം വെളിവാക്കി നിന്നു. കണങ്കാലുകളിലെ നേർത്ത പുൽനാമ്പുകൾ നീണ്ടുനീണ്ട് ഓഷോയുടെ പുസ്തകത്തിലേക്കു കയറി. അവനു പിന്നാലെ ഞാനും ചെന്നു. മരണത്തിന്റെ പിയാനോയുമായവൻ എന്നെ ആലിംഗനം ചെയ്തു. ഞെട്ടിയുണർന്നപ്പോൾമാത്രമാണ് അതൊരു സ്വപ്നമാണെന്നു മനസ്സിലായത്. പക്ഷേ അപ്പോഴും ഒരു പിയാനോയുടെ ശബ്ദം എനിക്ക് ചുറ്റിലും ഉണ്ടായിരുന്നു.

ആത്മഹത്യയുടെ ഉടൽ

എത്ര വായിച്ചാലാണ് മനസ്സിന്റെ വേദനകൾക്ക് ശമനമുണ്ടാവുക യെന്ന് ഒരുറപ്പുമില്ലാതിരിക്കെ ഞാൻ ആ പുസ്തകം വീണ്ടും വീണ്ടും വായിച്ചുകൊണ്ടിരിക്കുകയാണ്. അടുക്കിവെച്ച പുസ്തക റാക്കിലേക്ക് ചിതലുകൾ സൂക്ഷ്മതയോടെ കയറുന്നതുപോലെ. മൂന്നുവർഷത്തെ കരുതിക്കൂട്ടിയല്ലാത്ത ഇടവേളയ്ക്കുശേഷമാണ് ഒരു പുസ്തകം വായിക്കാനെടുത്തത്. ഇത്രനാളും ഞാൻ ഇവിടെ, ഈ ലോകത്ത് ജീവിച്ചിരുന്നുവെന്നത് അത്ഭുതകരമായി തോന്നുന്നു. അത്രയും മടുപ്പി ക്കുന്നൊരു ജോലിയിലായിരുന്നുവെന്ന് പറയാൻ പറ്റില്ല. കുറഞ്ഞ പക്ഷം എനിക്കതങ്ങനെയായിരുന്നു. പക്ഷേ ഈ നിമിഷത്തിൽ ഞാൻ ആ അനുഭവങ്ങൾക്ക് മറ്റെന്തിനേക്കാളും പ്രാധാന്യം നൽകു ന്നുണ്ട്. ഞാന്നുകിടക്കുന്ന ഈ പ്ലാസ്റ്റിക് കയറിന്റെ അറ്റത്ത് ഒരു കുരുക്കുകൂടെ ഇട്ടാൽ മരണത്തിനും ജീവിതത്തിനുമിടയിലെ നേർത്ത വിടവ് കാണെക്കാണെ ചുരുങ്ങിവരും. അല്പനേരത്തിനകമത് സംഭ വിക്കുക തന്നെ ചെയ്യും. അതാരുടെ മരണത്തിനാണെന്നു മാത്രം പറയാൻ കഴിയില്ല.

ഒരേസമയം ഒട്ടനവധി മനുഷ്യരിലൂടെ ഒരേ ചിന്തകൾ കടന്നു പോവുന്നുണ്ട്. ഇവിടെയിപ്പോൾ മഴയുടെ കിതാർ നടക്കുന്നത് ജാലകത്തി ലൂടെ ആസ്വദിക്കുകയാണ്. ഇങ്ങനെയൊരു മഴയത്താണ് അവൾ അവസാനമായി എന്നെ കാണാനെത്തിയത്. കൈയിൽ വലിയൊരു തുണിസഞ്ചി നിറയെ പുസ്തകങ്ങളുമായാണ് വന്നത്. കുടപിടിച്ച ഇടത്തെ കൈയൊഴികെ ദേഹമാകെ മഴയെ വാരിപ്പുണർന്നായി രുന്നു ഇതേ മുറിയിലേക്കു വന്നുകയറിയത്. സഞ്ചിയിൽ പുസ്തക ങ്ങളാണെന്നവൾ പറഞ്ഞപ്പോൾ ഞാനത് വാരിപ്പിടിച്ചു. നനവു പറ്റിയ പുസ്തകങ്ങൾ ഓരോന്നായെടുത്ത് മേശയുടെ മുകളിൽ വെച്ചു. പുസ്തകം നനച്ചതിന് അവളോട് ദേഷ്യപ്പെടുകയുമുണ്ടായി. എന്നെ അറിയുന്നതുകൊണ്ടോ, അതോ അവസാനത്തെ വരവാണ തെന്നവൾ തീരുമാനിച്ചിരുന്നതുകൊണ്ടോ എന്നറിയില്ല, അവൾ

പതിവില്ലാത്ത വിധം ശാന്തയായിരുന്നു. അതെന്നെ അത്ഭുതപ്പെടുത്തുക മാത്രമായിരുന്നില്ല, അതേക്കുറിച്ച് ചോദിക്കുകയും ചെയ്തു. അവളൊന്നും മിണ്ടാതെ അലസമായി പുറത്തെ മഴയിലേക്കിറങ്ങി നടന്നു. ഇതേ ജാലകത്തിലൂടെ തന്നെ ഞാനത് നിസ്സംഗതയോടെ നോക്കിയിരുന്നു. മഴയവളെ ഗാഢമായി പുണരുന്നുണ്ടായിരുന്നു. അതാഗ്രഹിച്ചിരുന്നതുകൊണ്ടാവും വയലറ്റ് നിറമുള്ള കുടയവൾ ഉപേക്ഷിച്ചു പോയത്. അവളിറങ്ങിപ്പോയ വഴി നിറയെ മഴ വീണ്ടും നിറഞ്ഞു, നിറഞ്ഞുവെന്നു പറയുന്നതിനേക്കാൾ ഉചിതം മഴ കൂടുതൽ ശക്തമായി പെയ്യുകയായിരുന്നുവെന്ന് പറയുന്നതാവും.

ഞാനപ്പോൾ അവൾ കൊണ്ടുവന്ന പുസ്തകങ്ങൾ ഓരോന്നായി തിരയാൻ ആരംഭിച്ചു. മിലൻ കുന്ദേരയുടെ പുസ്തകങ്ങളായിരുന്നതെല്ലാം, ഒന്നൊഴികെ. അതായത് ഞാനിപ്പോൾ വായിക്കുന്ന അവളുടെ കൈപ്പടയിലുള്ള പുസ്തകമായിരുന്നത്. എന്തുകൊണ്ടോ അപ്പോൾ പുസ്തകങ്ങൾ ഒന്നുംതന്നെ വായിക്കാൻ തോന്നിയില്ല. അവയെല്ലാം തൊട്ടും തലോടിയുമിരുന്നു. പുറത്തെ മഴയപ്പോൾ നേരത്തേതിനേക്കാളും കൂടുതൽ ശക്തമായി. നനഞ്ഞ മുടി തുവർത്താതെ പിന്നിലോട്ടു കുടയുന്നവളെ പോലെയായിരുന്നത്. കാറ്റില്ലാതെ പെയ്യുന്ന ആ മഴയിലേക്ക് ഇറങ്ങണോ വേണയോ എന്ന് ഞാൻ കുറേ സമയം ആലോചിച്ചിരുന്നു. പിന്നെയേതോ തോന്നലിൽ പുറത്തേക്കിറങ്ങാൻ തുടങ്ങിയപ്പോൾ തൊട്ടപ്പുറത്തെ വീട്ടിൽ നിന്നും കേട്ട മഴയേക്കാളുമുച്ചത്തിലുള്ള നിലവിളിയെന്നെ അങ്ങോട്ട് നടത്തിച്ചു, നടക്കുമ്പോൾ ഞാൻ ആ വീടിനെക്കുറിച്ച് ആലോചിക്കുകയായിരുന്നു.

മൂന്നു പെൺകുട്ടികളും അവരുടെ അച്ഛനും അമ്മയുമാണവിടെ താമസിക്കുന്നത്. അയാളൊരു പ്രൈവറ്റ് കമ്പനിയിലെ സെയിൽസ്മാനാണ്, അമ്മയാവട്ടെ പ്രത്യേകിച്ചൊരു ജോലിയുമില്ലാത്ത, എന്നാൽ മറ്റാരേക്കാളും കൂടുതൽ ജോലി ചെയ്യുന്ന വീട്ടമ്മയാണ്. പക്ഷേ അവർ നന്നായി വായിക്കുമായിരുന്നു. മൂത്തവൾ ഡിഗ്രിക്ക് പഠിക്കുന്നു. താഴെയുള്ള രണ്ടു പേർ ഇരട്ടകളാണ്. കാണാൻ തുടങ്ങിയതു മുതൽ അവരെ പരസ്പരം തിരിച്ചറിയാൻ ഇതുവരെ കഴിഞ്ഞിട്ടില്ല. ഇടയ്ക്ക് പുസ്തകങ്ങൾ എടുക്കാൻ വരുമ്പോൾ ഞാനതവരോടതു പറഞ്ഞിട്ടുമുണ്ട്. അപ്പോഴെല്ലാമവർ തങ്ങളെ തിരിച്ചറിയാനുള്ള അടയാളങ്ങൾ പറഞ്ഞു തരും. അവരിറങ്ങിയാലുടൻ ഞാനത് മറന്നു പോവുകയും ചെയ്യും. പക്ഷേ അവിടെ എന്താണ് ഈ നേരത്തൊരു കരച്ചിൽ മുളയ്ക്കാൻ കാരണമെന്ന് എത്ര ആലോചിച്ചിട്ടും മനസ്സിലാവുന്നില്ല. ഞാൻ നടത്തത്തിന് വേഗത കൂട്ടി. പക്ഷേ കഴിഞ്ഞ ആഴ്ച പാടം നികത്താനിറക്കിയ ചെമ്മണ്ണ് മഴയത്ത്

വഴിയിലാകെ ഒഴുകിപ്പരക്കുന്നതു കൊണ്ട് കാലാഴ്ന്നുപോവുകയാണ്. കരച്ചിലിന്റെ കനം കൂടുന്നതു കൊണ്ടാണെന്നു തോന്നുന്നു മറ്റു വീട്ടുകാരുമിപ്പോൾ അവിടേക്കുള്ള വഴിയിലേക്ക് ഇറങ്ങിയത്. ഒന്നു രണ്ടു പേര് എന്നെ കടന്നു പോവുകയും ചെയ്തു. മൂന്നാമതായി ഞാനവിടെ എത്തുമ്പോൾ നേരത്തെയെന്നെ കടന്നുപോയവർ അകത്തെ മുറിയിലേക്ക് കൈചൂണ്ടി കാണിച്ചു. കാലങ്ങളായി മനുഷ്യരാരും കിടക്കാത്ത തരത്തിൽ വസ്ത്രങ്ങൾകൊണ്ട് മൂടപ്പെട്ടൊരു കിടക്കയാണ് ഞാനവിടെ കണ്ടത്. ആ മുറിയുടെ ഒരു മൂലയിൽ ഭയന്നിരിക്കുന്ന മൂന്നു പെൺകുട്ടികളിലേക്ക് എന്റെ കണ്ണുകളെത്തി. എന്നെ കണ്ടതും അവരുടെ കണ്ണുകൾ മേൽപ്പോട്ട് ചലിച്ചു. ഞാനത് പിന്തുടർന്നെത്തിയത് ഒരു മരണത്തിലേക്കാണ്. ഫാനിനുമേൽ ചുറ്റിയ സാരിയിൽ ഒരു മനുഷ്യന്റെ ജീവിതമവസാനിപ്പിച്ച കാഴ്ചയായിരുന്നു കണ്ടത്. ഒരു നിമിഷം ഞാനയാളെക്കുറിച്ച് വീണ്ടുമോർത്തു. കഴിഞ്ഞ രണ്ടു മൂന്നു ദിവസങ്ങളായി അയാൾ ജോലിക്കു പോയിരുന്നില്ല. കറപിടിച്ചു മങ്ങിയ സ്വന്തം വീടിന് പെയിന്റടിക്കുകയായിരുന്നയാൾ. സഹായത്തിന് മൂന്നു പെൺകുട്ടികളും ഭാര്യയുമുണ്ടായിരുന്നു. അവർ വളരെ സന്തോഷത്തോടെയാണത് ചെയ്തിരുന്നതെന്ന് മനസ്സിലായിരുന്നു. മാത്രവുമല്ല വീട് നിർമ്മിച്ച കാലത്ത് പെയിന്റടിച്ച നിറം മങ്ങിയ വാടകവീടെന്നെ ഒട്ടു നിരാശയോടെ അവിടേക്കു നോക്കാൻ പ്രേരിപ്പിച്ചിരുന്നു. തൂങ്ങിനിൽക്കുന്ന അയാളെ താഴോട്ടിറക്കാൻ തുനിഞ്ഞ എന്നെയാരോ പൊലീസിന്റെ പേര് പറഞ്ഞ് തടഞ്ഞു. അവർ വരുന്നതുവരെ ഈച്ചയാർത്ത് അയാളവിടെത്തന്നെ നിന്നു.

കുട്ടികളെ ആരെല്ലാമോ എഴുന്നേൽപ്പിച്ച് വീടിന്റെ മറ്റൊരു മുറിയിലേക്കു കൊണ്ടുപോയി. പൊലീസുകാർ വന്ന് അയാളെ താഴേക്കിറക്കി, മുറി പരിശോധിച്ചപ്പോൾ അയാളെഴുതിയ ആത്മഹത്യാക്കുറിപ്പ് കണ്ടെടുക്കുകയും ചെയ്തു. സാക്ഷിയായി ഞാൻതന്നെ ഒപ്പിട്ടു. വിചിത്രമായൊരു കാരണമാണ് അയാളെഴുതിയിരുന്നത്. അതും രണ്ടേരണ്ട് വരിമാത്രം.

''മരിക്കണമെന്നു തോന്നി, മരിക്കുന്നു, മറ്റാർക്കും ഉത്തരവാദിത്വമില്ല.''

മരണാനന്തരച്ചടങ്ങുകൾ കഴിഞ്ഞ് സ്വസ്ഥമായി വീട്ടിലിരുന്നപ്പോഴും എന്നെയാ വരികൾ പിടിച്ചുവലിച്ചു തുടങ്ങി. ഒരു കൗതുകത്തിന് ഞാനത് എന്റെ ഡയറിയിൽ കുറിച്ചിടുകയും ചെയ്തു. പുസ്തകങ്ങളിലെ ഇഷ്ടവരികൾ കുറിച്ചിടുന്നത്രയും ലാഘവത്തോടെയാണ് ഞാനത് ചെയ്തത്. പക്ഷേ അതത്ര എളുപ്പം എന്നിൽനിന്നും മാഞ്ഞുപോവില്ലെന്ന് പിന്നീടുള്ള ദിവസങ്ങളിൽ മനസ്സിലായി. രാത്രികളിൽ

അയാൾ എനിക്കരികെ വന്നിരിക്കുന്നതുപോലുള്ള തോന്നലുകളായിരുന്നു അതിന്റെ തുടക്കം. പയ്യപ്പയ്യെ അതെന്റെ ദൈനംദിനജീവിതത്തെ താളം തെറ്റിക്കാൻ തുടങ്ങി. ഒന്നിലുമൊരു ശ്രദ്ധയില്ലാതായി. വായിക്കാനെടുക്കുന്ന പുസ്തകങ്ങൾ ആദ്യത്തെ താളുകളിൽതന്നെ എന്നെ ഉപേക്ഷിക്കാൻ തുടങ്ങി. മരണവീട് പതിയെ സാധാരണ നിലയിലേക്ക് മടങ്ങിത്തുടങ്ങി. ഇരട്ടകൾ വീണ്ടും പുസ്തകങ്ങൾ എടുക്കാൻ വന്നു. അവരെന്നോട് അയാളുടെ മരണത്തെക്കുറിച്ചൊഴികെ മറ്റെല്ലാം പതിവു പോലെ സംസാരിക്കാൻ ആരംഭിച്ചു. അതെന്നെ കൂടുതൽ ചിന്തകളിലേക്ക് കൊണ്ടെത്തിച്ചു. ഒരു കണക്കിൽ തീർത്തും അനാവശ്യമായ ചിന്തകളായിരുന്നത്. വല്ലപ്പോഴും സംസാരിച്ചിരുന്നൊരു മനുഷ്യൻ എന്റെ ദിവസങ്ങളെ പൂർണ്ണമായും കൈവശപ്പെടുത്തി.

ഒരു കാരണവുമില്ലാതെ ഞാനൊരു ദിവസം അയാളുടെ വീട്ടിലേക്ക് കയറിച്ചെന്നു. കുട്ടികൾ സ്കൂളിൽ പോയ സമയമായിരുന്നത്. അയാളുടെ ഭാര്യയെന്നെ കണ്ടതും അലക്ക് നിർത്തിവെച്ച് അടുത്തേക്കു വന്നു. നാൽപ്പതോ നാൽപ്പത്തഞ്ചോ വയസുള്ളൊരു സ്ത്രീ ആയിരുന്നവർ. അവരെന്നോട് അയാളുടെ മരണത്തെക്കുറിച്ച് ചോദിക്കാതെ തന്നെ പറയാൻ തുടങ്ങി. അതെന്നെ ആശ്ചര്യപ്പെടുത്തി. ഒട്ടും വേവലാതിയൊ വിഷമമോ അവരുടെ മുഖത്ത് കാണാത്തതാണെന്നെ ആശ്ചര്യപ്പെടുത്തിയത്. അയാൾ അവരോടൊന്നിച്ച് ജീവിച്ച ഇരുപത്തിയൊന്ന് വർഷങ്ങൾ വാക്കുകളായി എനിക്കു മുന്നിൽ അടർന്നുവീണു. അയാൾ അഗാധമായി അവരേയും മക്കളേയും സ്നേഹിച്ചിരുന്നെന്ന് മനസ്സിലായി. സാമ്പത്തികമായതോ കുടുംബപരമായതോ യാതൊരു പ്രശ്നങ്ങളും അയാൾക്കില്ലായിരുന്നു. അയാൾ ആത്മഹത്യ ചെയ്തതിൽ അവർക്കൊട്ടും വിഷമമില്ലെന്നു കരുതി ഞാനവിടുന്നിറങ്ങി, എന്തോ പറയാൻ മറന്നെന്നു തോന്നിയപ്പോൾ ആ വീട്ടിലേക്ക് വീണ്ടും കയറിച്ചെന്നു. ആ സ്ത്രീയപ്പോൾ അകത്തെ മുറിയിലെ അയാളുടെ ഫോട്ടോയ്ക്കു മുന്നിൽ നിന്നു കരയുകയായിരുന്നു. ചോദിക്കാനുള്ളത് മറന്നുപോയ ഞാൻ തിരികെ വന്നു. മനസ്സ് നിറയെ ആ സ്ത്രീയുടെ ഏങ്ങിയുള്ള കരച്ചിൽ നിറഞ്ഞു.

ഒരേസമയം വെളിച്ചവും ഇരുട്ടുമാവുന്ന അവരെന്നെ വീണ്ടും അയാളുടെ മരണത്തിലേക്ക് കൊണ്ടിട്ടു. മറ്റൊരാളുടെ മരണം അപരനിൽ അതിതീവ്രമായി വർത്തിക്കുന്നത് ഞാനനുഭവിക്കാൻ തുടങ്ങി. എത്രയുരച്ചു കഴുകിയിട്ടും അയാൾ തൂങ്ങിനിന്ന മുറിയിലുണ്ടായിരുന്ന മണമെന്നെ വിട്ടുപോയില്ല. അതെന്റെതന്നെ മണമായി മാറിയിരുന്നു. സ്വന്തം മണം നഷ്ടമാവുകയെന്നാൽ ശൂന്യതയിലേക്ക്

മാറ്റപ്പെടുന്നതു കണക്കെയാണെന്ന ചിന്തയെന്നെ ഭ്രാന്തു പിടിപ്പിച്ചു. ദിവസത്തിൽ നാലഞ്ചു തവണ കുളിച്ചു തുടങ്ങി. കടുത്ത പനിയും ജലദോഷവും വന്നെന്നല്ലാതെ മറ്റൊരു മാറ്റവും അതുകൊണ്ട് ഉണ്ടായതുമില്ല. ഇങ്ങനെ തുടർന്നാൽ ശരിയാവില്ലെന്നുറപ്പിച്ചു. അടുത്ത ദിവസം മുതൽ വായന ആരംഭിക്കണമെന്ന് കരുതി ഷെൽഫിൽ കുന്ദേരയുടെ പുസ്തകം എടുത്തുവെച്ചു. പക്ഷേ ആ രാത്രി എല്ലാം തകിടം മറിച്ചു. അയാളുടെ മരണത്തിൽ ആരോ പരാതി കൊടുത്തെന്നും പൊലീസുകാർ വീട്ടിൽ വന്നെന്നും പറയാൻ, മൂന്നു മക്കളേയും കൂട്ടി ആ സ്ത്രീയെന്നെ തേടിവന്നു. അവർക്കതിൽ യാതൊരു താത്പര്യവുമില്ലെന്നും എങ്ങനെയെങ്കിലും പൊലീസുകാരോടത് പറയണമെന്നുമായിരുന്നു അവരുടെ ആവശ്യം. മാത്രമല്ല അവരുടനെ ഈ വീട് മാറി ആ സ്ത്രീയുടെ വീടിനടുത്തേക്ക് മാറുകയാണെന്നും പറഞ്ഞു. കൂട്ടത്തിൽ വാടകയൊന്നും നൽകാതെ കുറഞ്ഞത് ഒരു വർഷത്തേക്ക് വീടെനിക്കു നൽകാമെന്നും പറയാനാണ് വന്നത്. ഒന്നും പറയാതെ മൂളിക്കേൾക്കുക മാത്രം ചെയ്തതുകൊണ്ടാവും അവർ പെട്ടെന്നിറങ്ങിയത്. പോവുന്നതിനു മുൻപ് വീടിന്റെ കാര്യം ഒരിക്കൽകൂടി ഓർമ്മിപ്പിക്കുകയും ചെയ്തിരുന്നു. അതെന്റെ അപ്പോഴത്തെ അവസ്ഥയെ വികാരപരമായി സ്വാധീനിക്കുന്നതായിരുന്നു.

ഉണ്ടായിരുന്ന ജോലി കളഞ്ഞ് മൂന്നുമാസമായി വെറുതെ ഇരുന്നതുകൊണ്ട് വീട്ടുവാടക വലിയൊരു പ്രശ്നമായി മുന്നിലുണ്ടായിരുന്നു. അവർ പോയതിനുശേഷം അവരോടൊന്നും ചോദിക്കുകയോ പറയുകയോ ചെയ്യാത്തതിൽ അല്പം വ്യസനം തോന്നി. പക്ഷേ പൊതുവെ ഉൾവലിഞ്ഞ് നിൽക്കുന്ന എനിക്ക് അങ്ങനെയേ പെരുമാറാൻ കഴിയുകയുള്ളായിരുന്നു. അടുക്കളയിൽ കയറി വല്ലതും ഉണ്ടാക്കാമെന്നു കരുതിയപ്പോൾ അത് കാലിയായിരുന്നു. ആകെയുണ്ടായിരുന്ന ബ്രഡ് നാലഞ്ചെണ്ണം പച്ചവെള്ളത്തിൽ മുക്കി കഴിച്ചു. വിശപ്പിനു മുന്നിൽ തീയതി കഴിഞ്ഞതൊന്നും പ്രശ്നമേ ആയില്ല. എത്ര പെട്ടെന്നാണ് ജീവിതം ലക്ഷ്യമില്ലാതായതെന്നോർത്ത് കിടന്നു. ഉറക്കം വന്നേയില്ല, മുറിയിൽ നിന്നുമിറങ്ങി പുറത്തെ ബെഞ്ചിൽ വന്നിരുന്നു. ഒരു സിഗരറ്റ് കിട്ടിയാൽ വലിക്കാമെന്നോർത്തു. പക്ഷേ കഴിഞ്ഞ നാലുമാസമായി വലി നിർത്തിയതുകൊണ്ട് കൈയിലൊറ്റ സിഗരറ്റ് പോലുമില്ലായിരുന്നു. ഞാനവിടെയിരുന്ന് അയാളുടെ വീട്ടിലേക്കു നോക്കി. അയാൾ ഉണ്ടായിരുന്നപ്പോൾ രാത്രി പത്തു മണിക്കുശേഷം കെടുത്താറുണ്ടായിരുന്ന പുറത്തെ ബൾബ് ഒരു കാവൽക്കാരന്റെ കണ്ണുകൾപോലെ തോന്നിച്ചു. മഞ്ഞപിടിച്ചാണത് കത്തുന്നതെങ്കിൽ കൂടെയും അതിന്റെ വെളിച്ചമെന്നെ അകാരണമായി ഭയപ്പെടുത്തി.

ഒരു ഒളിച്ചുനോട്ടക്കാരനെപ്പോലെ അവിടേക്കുതന്നെ നോക്കിയിരുന്നതിൽ കുറ്റബോധം തോന്നിയിരുന്നു. ഞാനപ്പോഴും ആ വീട്ടിനുള്ളിലെക്കുറിച്ചാണ് ചിന്തിക്കുന്നതെന്ന് മനസ്സ് തിരിച്ചറിഞ്ഞില്ല. ഹൃദയവും തലച്ചോറും വ്യത്യസ്തമായ രണ്ടു വഴികളിലേക്ക് ചേക്കേറുന്നത് വ്യക്തിയെന്ന നിലയിൽ തീർത്തും അരോചകമായ അവസ്ഥയാണ്. അല്ലെങ്കിൽ ഒരു മനുഷ്യൻ രണ്ടു പിളർപ്പായി മാറുന്നതിന് തുല്യമാണത്. പ്രത്യക്ഷത്തിൽ വേദനകളോ മുറിവുകളോ ഇല്ലാതെ തന്നെയത് വേദനയുടെ ഉച്ചിയിലെത്തിക്കും. നിലാവ് മായുന്നതും രാത്രിയുടെ മാത്രം ശബ്ദങ്ങളും കണ്ടും കേട്ടും പുലർച്ചെയോളം പുറത്തുതന്നെയിരുന്നു. പകലിലെപ്പഴോ അല്പനേരം ഉറങ്ങി.

വാടകക്കാരന്റെ നിർത്താതെയുള്ള വിളികേട്ടാണ് ഉണർന്നത്. അത്രനാളും പറഞ്ഞ കാരണങ്ങളൊന്നും ഇനിയും ആവർത്തിക്കേണ്ടെന്ന് അയാൾ മുൻകൂട്ടി പറഞ്ഞതുകൊണ്ട് പ്രത്യേകിച്ചൊന്നും പറയാനുണ്ടായിരുന്നില്ല. അടുത്ത വരവിന് ഇത്ര നാളത്തെ വാടക അല്ലെങ്കിൽ വീടൊഴിയുക എന്നുമാത്രം പറഞ്ഞയാൾ മടങ്ങി. പൊതുവെ ഉച്ചത്തിലുള്ള അയാളുടെ സംസാരശൈലിക്ക് അന്ന് കൂടുതൽ കനമുണ്ടായിരുന്നു. അതുകൊണ്ട്, കാണരുതെന്നും കേൾക്കരുതെന്നും ആഗ്രഹിച്ചവരാരായിരുന്നോ അവരെല്ലാവരും അതു കാണുക തന്നെ ചെയ്തു. ആൾക്കൂട്ടത്തിൻ നടുവിൽ നഗ്നനാക്കപ്പെട്ടവനെപ്പോലെ നിൽക്കേണ്ടിവന്നു. പരിഹാസം ഏറ്റുവാങ്ങേണ്ടിവന്ന, നിരാശയിലിരുന്ന എന്നെത്തേടി ഇരട്ടപ്പെൺകുട്ടികൾ വന്നു. പതിവുപോലെ പുസ്തകമെടുക്കാനാവും വന്നതെന്നു കരുതി ഞാനവർക്ക് പുസ്തകങ്ങൾ സൂക്ഷിച്ച മുറിയുടെ താക്കോൽ നീട്ടി. അന്നാദ്യമായി അവരത് വാങ്ങിയില്ല. വിരോധമില്ലെങ്കിൽ ഒന്നു വീട്ടിലേക്ക് വരണമെന്ന് മമ്മി പറഞ്ഞെന്നു മാത്രം പറഞ്ഞ് മടങ്ങുകയും ചെയ്തു.

ഒരു കുടുംബം മുഴുവൻ നിഗൂഢത പേറുന്നത് എന്നെ കൂടുതൽ കുഴപ്പിച്ചു. ഒരാഴ്ചയിലധികമായി ഷേവ് ചെയ്യാത്തതുകൊണ്ട് താടിരോമങ്ങൾ അനുസരണയില്ലാതെ തല നീട്ടുന്ന മുഖം എനിക്കുതന്നെ ഇഷ്ടം തോന്നാത്ത രീതിയിലായിരുന്നു. കുളിച്ചെന്നു വരുത്തി ഇസ്തിരിയിടാത്ത ഒരു ടീ ഷർട്ട് എടുത്തിട്ടു. മുടി ചീകിയപ്പോൾ പതിവിലും കൂടുതൽ മുടി ചീർപ്പിന്റെ പല്ലുകളിലൊട്ടി ആയുസ്സൊടുങ്ങി. യാന്ത്രികമായെന്നോണം ഞാൻ ആ വീട്ടിലേക്ക് നടന്നു. ദിവസങ്ങളായി വെള്ളമൊഴിക്കാത്തതുകൊണ്ട് വാടിനിൽക്കുന്ന ചെടികൾ ഇന്നലെ ശ്രദ്ധിച്ചിരുന്നില്ല. മുറ്റത്ത് ചിതറി നിൽക്കുന്നതുപോലെയുള്ള വലിയൊരു പേരമരത്തിനും വാട്ടമുണ്ട്. ഇലകൾ മഞ്ഞപ്പ് പിടിച്ചു നിൽപ്പാണത്. വേരുകൾപോലും ഉപേക്ഷിക്കപ്പെടുകയോ

ആഴത്തിലെവിടെയോ വെച്ച് ജലമില്ലാത്തൊരു പാറയിൽ ആത്മഹത്യ ചെയ്തതാണെന്ന് തോന്നി. അവർ മൂന്നു പെൺകുട്ടികളും എന്നെ പ്രതീക്ഷിച്ചെന്നോണം അവിടെ കാത്തുനിൽക്കുന്നുണ്ടായിരുന്നു. അവരിൽ മൂത്തവൾ വാതിലിനോട് ചാരി നിൽക്കുകയായിരുന്നു. ഒറ്റനോട്ടത്തിൽ വാതിൽക്കൽ വെച്ചൊരു മെഴുകുപ്രതിമയാണെന്നേ തോന്നുകയുള്ളൂ. കണ്ണുകൾ അനങ്ങുന്നതു കൊണ്ടുമാത്രം ജീവനുണ്ടെന്ന് ഉറപ്പായി. മറ്റു രണ്ടു പേരും അലക്കി ഉണക്കിയ വസ്ത്രങ്ങൾ ഒതുക്കി വെയ്ക്കുകയായിരുന്നു. എന്നെ കണ്ടതും അവരുടെ മമ്മീ എന്ന വിളി അകത്തെവിടെയോ ചെന്നു തട്ടി പ്രതിഫലിച്ചു. വാക്കുകൾ പോലും ഒരേപോലുരുവിടുന്ന അവരെന്നെ വീണ്ടും അത്ഭുതപ്പെടുത്തി.

മുറ്റത്തുനിന്നും ആ വീട്ടിലേക്ക് കയറാൻ രണ്ടു സ്റ്റെപ്പുകൾ ഉണ്ടെന്ന് ആദ്യമായാണ് കണ്ടത്. മുൻപും അതവിടെത്തന്നെയുണ്ടായിരുന്നു. ശ്രദ്ധിക്കാത്തതാണോ കാണാതിരുന്നതാണോയെന്ന് യാതൊരു ഓർമ്മയും ഇപ്പോഴുമില്ല. അകത്തുനിന്നും ആ സ്ത്രീ എന്തോ പറഞ്ഞു. വാതിൽക്കൽ നിന്ന പെൺകുട്ടി ഒരു നോട്ടം കൊണ്ട് അകത്തേക്കെന്നെ ക്ഷണിച്ചു. അവളുടെ പിന്നാലെ ഞാനകത്തേക്ക് കയറി. അയാൾ മരിച്ചു കിടന്ന, അല്ല തൂങ്ങിനിന്ന അതേ മുറിയിലേക്കാണവൾ എന്നെ കൊണ്ടുപോയത്. മരണത്തിന്റെ ഗന്ധമൊഴികെ മറ്റെല്ലാമവിടെ പുതുതായി തോന്നി.

അടുക്കിവെച്ചിരിക്കുന്ന പാഠപുസ്തകങ്ങൾ, മനോഹരമായ പൂക്കൾ തുന്നിയ കിടക്കവിരി, ജാലകത്തിനോട് ചേർത്തിട്ട കുഴൽരൂപത്തിലുള്ള മേശയുടെ മുകളിലെ ചില്ലുകുപ്പിയിലെ മണിപ്ലാന്റ്, അയാൾ തൂങ്ങിനിന്നിരുന്ന അതേ സ്ഥാനത്ത് പലനിറങ്ങളിലുള്ള ചൈനീസ് മണി തൂങ്ങുന്നുണ്ടായിരുന്നു. അതെന്നെ തെല്ലൊന്ന് അത്ഭുതപ്പെടുത്തി. പക്ഷേ ആ മുറി അവരിങ്ങനെ മാറ്റിയെടുത്തത് എന്തിനെന്ന് മനസ്സിലായില്ല. ഒരുപക്ഷേ, മരണത്തിന്റെ മണം മറക്കാനാവും. അമ്മയും മറ്റു രണ്ടു പേരും എന്റെ അത്ഭുതങ്ങളിലേക്ക് പൊട്ടിവീണത് പെട്ടെന്നാണ്. അവരുടെ കൈയിൽ തിളച്ചു പതഞ്ഞൊരു കപ്പ് കാപ്പിയുണ്ടായിരുന്നു. അവർ അതെനിക്കു നേർക്ക് നീട്ടി. എത്രയോ നാളുകൾക്കുശേഷം കുടിക്കുന്ന കാപ്പി പോലെ ഞാനത് പതിയെ ചുണ്ടോട് മുട്ടിച്ചു. അവരപ്പോൾ വാടകക്കാരൻ വന്നതിനെക്കുറിച്ചു ചോദിച്ചു. ഞാനൊന്ന് ചിരിച്ചെന്നു വരുത്തി ഒരു കവിൾകൂടെ കാപ്പി നുണഞ്ഞു.

''ഒരാഴ്ച കഴിഞ്ഞ് ഞങ്ങളങ്ങ് പാലക്കാടുള്ള വീട്ടിലോട്ട് പോവും. മരിക്കുന്നതിന് രണ്ടു മാസം മുൻപ് കുട്ട്യോൾടെ അച്ഛൻ വാങ്ങിയതാണ് പുതിയ വീട്.''

ഇതു പറയുമ്പോൾ ആ സ്ത്രീയുടെ കണ്ണു നിറഞ്ഞിരുന്നു, പക്ഷേ അപ്പോഴുമവരുടെ ചുണ്ട് പുഞ്ചിരിക്കാൻ ശ്രമിക്കുകയും ചെയ്തു.

''അച്ഛ മരിക്കുന്നതിനു മുൻപ് നിങ്ങൾക്ക് ഈ വീട് ഏൽപ്പിച്ചു പോവണമെന്ന് ആഗ്രഹിച്ചിരുന്നു.''

മൂത്തവളതു പറഞ്ഞുകൊണ്ട് ജാലകത്തിനു പുറത്തേക്ക് നോക്കി. അപ്പോഴാണ് ഞാനൊരു കാര്യം ശ്രദ്ധിച്ചത്. ആ മുറിയിൽനിന്നും എന്റെ മുറി വ്യക്തമായി കാണാൻ കഴിയുമെന്ന്. അവളവിടേക്കാണ് നോക്കിയതും. പതിവുസന്ദർശകരായ മയിൽക്കൂട്ടം അപ്പോഴവിടെ പറന്നിറങ്ങിയിരുന്നു. മൂന്നു കുഞ്ഞുങ്ങളും ഒരു തള്ളമയിലുമായിരുന്നത്.

ഒരു വർഷത്തേക്ക് തൽക്കാലം മറ്റെവിടേയും അലയേണ്ടതില്ലെന്ന് ഉറപ്പിച്ചാണ് അവിടെ നിന്നുമിറങ്ങിയത്. അവരോടത് സൂചിപ്പിക്കുകയും ചെയ്തു. ഒരാഴ്ച പെട്ടെന്ന് കഴിഞ്ഞു. പാലക്കാട് നിന്നും വന്ന നാലഞ്ചു പേർ ചേർന്ന് ആ വീട്ടിലെ എല്ലാം കൊണ്ടുപോയി, ഞാനതൊക്കെ കൗതുകത്തോടെ നോക്കിനിന്നു. അവർ പോവുന്നതിനു മുൻപ് യാത്ര പറയാൻ വന്നു. താക്കോൽ തരുമ്പോൾ അവർ നാലുപേരുടേയും കണ്ണുകൾ നിറഞ്ഞിരുന്നു. അവസാനമായെന്നോണം അയാളെ ദഹിപ്പിച്ചിടത്ത് ചെന്നവർ പ്രാർത്ഥിക്കുമ്പോൾ ഞാനെന്റെ പുസ്തകങ്ങളും വസ്ത്രങ്ങളും ചുമന്ന് അവിടേക്കു കയറി. എല്ലാം കഴിയുമ്പോൾ രാത്രിയായിരുന്നു. ഫ്രിഡ്ജും കട്ടിലും മറ്റും ചുമക്കാൻ അടുത്തുള്ള വീടുകളിലെ രണ്ടുപേർ സഹായിച്ചു. എല്ലാവരും പോയിക്കഴിഞ്ഞപ്പോൾ വീണ്ടുമെന്നെ മരണത്തിന്റെ ഗന്ധം പൊതിഞ്ഞു. ഓരോ മുറിയിലും ആ ഗന്ധം തളംകെട്ടി കിടന്നിരുന്നു. ഉറക്കമില്ലാത്ത രാത്രികൾ എന്നെ വീണ്ടും പിടികൂടി.

അവിടെ വെച്ചാണ് ഞാൻ സ്വയം സംസാരിക്കാൻ ആരംഭിച്ചത്. എനിക്കു മുൻപിൽ ചിലർ വന്നുനിൽക്കുകയായിരുന്നു. ആദ്യം വന്നത് അയാൾതന്നെയായിരുന്നു. അവസാനമായി ഞാനയാളെ കണ്ടിരുന്ന അതേ വേഷത്തിലാണ് വന്നത്. നിറയെ പലനിറങ്ങളിലുള്ള പെയിന്റ് പറ്റിയ ബനിയനും കൈലിയും ഉടുത്തു മുറിയിലേക്ക് കയറിവരികയായിരുന്നു. വന്നയുടനെ അയാളെന്റെ മുന്നിലെ കസേരയിലിരുന്നു. മുൻപോട്ടും പിൻപോട്ടും ഒരേ താളത്തിൽ കസേര ചലിപ്പിച്ചുകൊണ്ടുള്ള ആ ഇരിപ്പിൽതന്നെ അയാൾ മുറിയിലെ മാറ്റങ്ങളെക്കുറിച്ചാണ് സംസാരിച്ചത്. മരിക്കുന്നതിന് തലേ ദിവസം അയാൾ വാങ്ങിക്കൊടുത്തതാണ് ആ ചൈനീസ് മണിയെന്ന് പറഞ്ഞു. അയാളുടെ ആട്ടത്തിനൊപ്പം അതും ചലിച്ചു. മുറിയിലെ മണിപ്ലാന്റ് അയാൾക്കു നേർക്കു ചാഞ്ഞു, അതയാളുടെ ദേഹത്തേക്ക് നിമിഷനേരംകൊണ്ടു

പടർന്നുകയറി. അപ്പോൾ അയാളൊരു ജലമനുഷ്യനാണെന്ന് തോന്നി. പുറത്തുനിന്നുമപ്പോൾ മഴ നടക്കാനിറങ്ങിയതിന്റെ ശബ്ദം കേട്ടു. വളരെ പതിയെ ആയിരുന്നത്. അയാളെ കൈനീട്ടി തൊടാനാഞ്ഞ എന്റെ നേർക്കയാൾ ഒരു കയർ നീട്ടി. അറ്റത്ത് കുരുക്കുകളിട്ട ആ കയറിൽനിന്നും ദുർഗന്ധം വമിച്ചിരുന്നു. അഴുകിയ ശവത്തിന്റെ ഗന്ധമായിരുന്നത്. ഒരേയൊരു നിമിഷത്തിനപ്പുറം ആ കാഴ്ചകൾ മുഴുവൻ ഇല്ലാതായി. അപ്പോഴും കാറ്റിനൊപ്പം ചൈനീസ് മണി ചലിച്ചിരുന്നു. അതിൽനിന്നും പുറപ്പെടുന്ന നേർത്ത ശബ്ദമപ്പോൾ ഭയാനകമായൊരു വിഷാദത്തെ പുറപ്പെടുവിച്ചു. അതെന്നെ സാവധാനം വിഴുങ്ങി. ചുറ്റിലും കനത്ത ഇരുൾ പരക്കുന്നത് ഞാനനുഭവിച്ചു. പോകപ്പോകെ മുറിയാകമാനം ആ ശബ്ദം കീഴടക്കി. നോക്കി നിൽക്കെ ഞാനൊരു ചിതൽപ്പുറ്റിനാൽ മൂടപ്പെട്ടു.

അന്നത്തെ രാത്രിക്കുശേഷം എനിക്ക് ആ വീടു വിട്ടു പുറത്തിറങ്ങാൻ തോന്നിയില്ല. കൊണ്ടുവന്ന പുസ്തകങ്ങൾ മുഴുവൻ എന്നെ നോക്കി നെടുവീർപ്പിടുന്നത് അറിഞ്ഞു. അവയെല്ലാം ഉടനെ ആത്മഹത്യ ചെയ്യുമെന്നു തോന്നി. ജീവിതം കൂടുതൽ ദുസ്സഹമാവുന്നത് തിരിച്ചറിഞ്ഞു. കുളിക്കാൻപോലും മറന്ന ദിവസങ്ങൾ. താടിരോമങ്ങൾ കാട്ടുചെടികണക്കെ പടർന്നുപിടിച്ചിരിക്കുന്നു. ഒന്നും ചെയ്യാനില്ലാത്ത ദിവസങ്ങൾ മനുഷ്യനെ തീർത്തും പ്രാകൃതനാക്കി തീർക്കും. അതു പാടില്ലെന്നു മനസ്സിനെ പറഞ്ഞു പഠിപ്പിക്കാൻ വേണ്ടിയെന്നോണം ഞാനാ വീട് പരതാൻ തുടങ്ങി. അതൊരു തോന്നലായിരുന്നെന്നോ മറ്റാരോ എന്നെക്കൊണ്ട് ചെയ്യിച്ചതാണെന്നോ നിശ്ചയമില്ല. മൂന്നു നാലു ദിവസം തുടർച്ചയായി ഞാനതുതന്നെ ചെയ്തുകൊണ്ടിരുന്നു. വീട്ടുകാർ പോകുമ്പോൾ കൊണ്ടു പോവാതിരുന്ന അരിയും പയറും വിശപ്പകറ്റി. എത്ര കഴിച്ചിട്ടും തീരാത്ത വിശപ്പായിരുന്നു ആ ദിവസങ്ങളിൽ. വീടു മുഴുവൻ പരതുന്നതിനിടയിൽ പഴയൊരു ഡയറി കണ്ണിൽ പെട്ടു. അടുക്കളയിലെ വിറകുകൾക്കുള്ളിൽ അനാഥമായി കിടക്കുകയായിരുന്നത്. ഞാൻ പ്രതീക്ഷിച്ചതുപോലെ തീർത്തും പഴക്കം ചെന്നതായിരുന്നില്ലയത്. പക്ഷേ അതിലെ ചില താളുകൾ നഷ്ടമായിരുന്നു, ചിലതാവട്ടെ അടുക്കളയിലെ അഴുക്കുവെള്ളം തട്ടി ഒട്ടും വായിക്കാൻ കഴിയാത്ത രീതിയിൽ വികൃതമായിരുന്നു. അടുക്കളയിലിരുന്നുകൊണ്ടുതന്നെയത് വായിക്കാൻ തുടങ്ങി. ആദ്യത്തെ താൾ വായിച്ചപ്പോൾ അതയാളുടെ ഡയറി ആയിരുന്നെന്ന് മനസ്സിലായി. അതിലെഴുതിയ മരണത്തെക്കുറിച്ചുള്ള സങ്കൽപ്പങ്ങൾ എന്നെ പിടിച്ചുലച്ചു. അത്രമേൽ സന്തോഷകരമാണ് മരണമെന്നത് എന്നെ സംബന്ധിച്ച് വിശ്വസിക്കാൻ പ്രയാസമായിരുന്നു.

മരണത്തിന്റെ രസതന്ത്രം

ജീവിതം എത്ര വിരസമാണെന്നോ? മരണമാവട്ടെ, ശാന്തതയുടെ സൗന്ദര്യമാണ്. ഇടയ്ക്കെല്ലാം ഞാനോർക്കാറുണ്ട്. ഇക്കഴിഞ്ഞ കുറച്ചു നാളുകളായി ഞാനൊരു തയ്യാറെടുപ്പിലായിരുന്നു. എന്റെ അസാന്നിധ്യം ചുറ്റിലുമുള്ളവരെ ബാധിക്കാതിരിക്കാനാണ് മുൻഗണന നൽകിയത്. അവർക്കായി എല്ലാം ഒരുക്കിവെച്ചു. മരിച്ചു കഴിഞ്ഞാൽ മരണം മണക്കുന്ന ഈ വീട് അവർക്ക് വലിയൊരു ബാധ്യതയായി തീരുമെന്നു തോന്നിയപ്പോഴാണ് കുടുംബത്തിന് സുരക്ഷിതമായി, എന്നാൽ എന്റെ യാതൊരു അവശേഷിപ്പുകളുമില്ലാത്ത ഒരിടത്ത് മറ്റൊരു വീട് വാങ്ങിയത്. അത്രകാലത്തേയും മുഴുവൻ സമ്പാദ്യവും അതിനായി ചിലവഴിച്ചു. മാറ്റങ്ങൾ മനുഷ്യനെ ഓർമ്മകളിൽനിന്നും അകലേക്കു കൊണ്ടുപോവുമെന്നുറപ്പുണ്ട്.

മറ്റൊരു തരത്തിൽ പറയുകയാണെങ്കിൽ ബാക്കിവെയ്ക്കുന്ന കർമ്മങ്ങളാണ് ഓർമ്മകൾ. ബാധ്യതകൾ ഒന്നും ഇല്ലാതിരിക്കുമ്പോൾ പുതിയ ഇടത്തെ സന്തോഷങ്ങളുമായവർ വേഗത്തിൽ താദാത്മ്യപ്പെടും. മറ്റെല്ലാം തന്നെ വെറുതെ വന്നുപോവുന്ന വിരുന്നുകാരാവും. പക്ഷേ തീർത്തും അപരിചിതനായ ഒരാളിൽ അല്ലെങ്കിൽ ഒരു കൂട്ടം മനുഷ്യരിൽ മറ്റൊരുവന്റെ മരണം തീവ്രമായി ബാധിക്കുകയും ചെയ്യും. എനിക്കുറപ്പുണ്ട് അതൊരുപക്ഷേ എന്റെ ശവം കാണാൻ വന്നവരിൽ ഒരാളാവുമെന്ന്. അതാവുമെന്നെ സന്തോഷിപ്പിക്കുന്നതും.

വിചിത്രമായൊരു സ്വാർത്ഥതയെന്നു പറയാമതിനെ സംബന്ധിച്ച്. വീട് പെയിന്റു ചെയ്യുമ്പോൾ ഞാനോർത്തിരുന്നത്. അതുകൊണ്ടു തന്നെയാണ് വീടു മാറുമ്പോൾ മറ്റാർക്കാണ് ഈ വീട് നൽകുകയെന്ന മക്കളുടെ കൗതുകത്തിന് ഏകാന്തമായി താമസിക്കുന്ന അയാളുടെ പേരു പറഞ്ഞത്. ഒരുപക്ഷേ എന്റെ മരണം അയാളെയാവും വേട്ടയാടുക. താൽക്കാലികമായി അയാൾക്ക് നൽകുന്ന സാന്ത്വനമാവുമത്. അയാളൊരു മരിച്ച മനുഷ്യനാണെന്നാണ് എനിക്ക് തോന്നാറുള്ളത്. കത്തിനിൽക്കുന്ന ഉച്ചവെയിലിൽ വാടിത്തളർന്നു നിൽക്കുന്ന

മരത്തിൻതാഴെ ജീവനില്ലാതെ നിൽക്കുന്ന മനുഷ്യൻ. അലസമായി തൂങ്ങിനിൽക്കുന്ന ചിലന്തിയെപ്പോലെയാണത്. മഴക്കാലമാണ് മരണത്തിന് ഏറ്റവും ഉചിതമായത്. പകലിനെ പൊടുന്നനെ വിഴുങ്ങുന്ന മേഘങ്ങളുടെ ഇരുട്ടിൽ മരണം നൃത്തം ചെയ്യും. അതിന്റെ സൂചനകളാണ് മഴയ്ക്കു മുൻപുള്ള നിശ്ശബ്ദതയും നേർത്ത കാറ്റും. ഞാനെന്റെ സ്വാതന്ത്ര്യത്തെ അനുഭവിക്കാൻ തിരഞ്ഞെടുത്ത മരണത്തിന് മറ്റാർക്കും പങ്കില്ല. അതെന്റെ മാത്രം തീരുമാനവുമാണ്. ഒരുപക്ഷേ ഈ ഡയറി കണ്ടെടുക്കില്ലെന്നു കരുതുന്നതുകൊണ്ട് കുപ്പായത്തിന്റെ കൈമടക്കിൽ ഒരു കത്തെഴുതി വെയ്ക്കുന്നുണ്ട്.

വായിച്ചു തീർന്നതും ആ വീടിന് തീപിടിച്ചതു കണക്കെ ഉഷ്ണമെന്നെ കീഴ്പ്പെടുത്തി. പതച്ചുതൂവിയ കഞ്ഞി വീണ് അടുപ്പണഞ്ഞു. പുറത്തിറങ്ങിയ എനിക്കു മുൻപിലേക്ക് ഒരു മയിൽ വന്നു, പൊടുന്നനെയത് പിടഞ്ഞു മരിച്ചു. ആകാശം മേഘത്താൽ മൂടി, മഴയില്ലാതെ ഇരുൾ മാത്രം പടർന്നു. അതെന്നിലെ വിഷാദത്തിനെ ഉന്മാദത്തിലേക്ക് പറത്തി. കിണറ്റിൻകരയിലേക്ക് ഓടിച്ചെന്ന് വെള്ളം കോരി തലയിലൊഴിച്ചു, എത്രയൊഴിച്ചിട്ടും തണുപ്പേറ്റില്ല. കിണറിലേക്ക് ചാടിയാലോയെന്നോർത്തു. പക്ഷേ ആ സമയത്ത് പോസ്റ്റുമാൻ വന്നു, അടുത്ത വീട്ടുകാരാരോ പറഞ്ഞതുകൊണ്ടുമാത്രം അയാളെന്നെ തേടിവന്നതായിരുന്നു. ആദ്യത്തെ ആത്മഹത്യാശ്രമത്തിൽ നിന്നും അയാളെന്നെ തടഞ്ഞെന്നും പറയാം.

ഒരു ജോലിക്ക് അപേക്ഷിച്ചിരുന്നത് മറന്നുപോയിരുന്നു. മറ്റൊരിടത്തേക്ക് പറിച്ചു നടുമ്പോൾ ഓർമ്മകൾ മായുമെന്ന് ഞാനും വിശ്വസിച്ചു. ഒന്നു രണ്ടു ദിവസങ്ങൾക്കുള്ളിൽ വീടൊഴിയുകയാണെന്ന് ഇരട്ടപ്പെൺകുട്ടികളുടെ അമ്മയെ വിളിച്ചറിയിച്ചു. അവരൊരാളെ വിട്ട് താക്കോൽ തിരികെ വാങ്ങി. മരണഗന്ധമൊഴികെ മറ്റെല്ലാം എന്നിൽനിന്നും വിട്ടൊഴിയാൻ തുടങ്ങി. മറ്റൊരിടത്ത് ആൾക്കൂട്ടത്തിന് നടുവിലെ ഏകാന്തതയിലേക്ക് ചേക്കേറി. താൽക്കാലികമാണെങ്കിൽ കൂടെ അതെന്നെ പഴയ ഊർജ്ജത്തിലേക്ക് തിരിച്ചെത്തിച്ചിരുന്നു. പ്രശസ്തമായ കമ്പനിയുടെ എച്ച്.ആർ മാനേജർ പോസ്റ്റിലാണ് ജോലി. മനുഷ്യവിഭവശേഷി വിതരണവും ഉപയോഗവും എന്നാണ് ഞാനതിന് പറയുക. പ്രത്യക്ഷത്തിൽ ഉന്നതമായൊരു ജോലിയാണത്. പുതിയ ആളുകൾ, പുതിയ നാട്, പുതിയ താമസസ്ഥലം എല്ലാം കൊണ്ടും സുഖകരമായ ദിവസങ്ങൾ. പക്ഷേ യഥാർത്ഥത്തിൽ അതങ്ങനെ ആയിരുന്നില്ല. ഒരേ കാര്യം ആവർത്തിക്കുന്നതെന്നെ മടുപ്പിച്ചു. അതിൽനിന്നും മോചനം നേടാൻ വേണ്ടി ഞാനൊരുപായം കണ്ടെത്തി. എനിക്കു മുൻപിൽ വരുന്ന മനുഷ്യരുടെ മരണത്തെ സങ്കൽപ്പിക്കുക എന്നതായിരുന്നത്, ഒരു തരത്തിൽ

മരിച്ചവരാണ് മുൻപിലെത്തുന്നതെന്നത് വികൃതമായ ചിന്തയാണെന്ന് അറിയാമായിരുന്നു. എന്നെ സന്തോഷിപ്പിക്കാൻ മറ്റു വഴികളൊന്നുമില്ലായിരുന്നു.

അതിനിടയിലാണ് കൂടെ ജോലി ചെയ്തിരുന്ന പെൺകുട്ടിയുടെ ആത്മഹത്യ. മഴയുള്ളൊരു ദിവസമാണ് അവളുമത് ചെയ്തത്. എന്തോ അവളെ അവസാനമായൊന്ന് കാണാൻ തോന്നിയില്ല. ഓഫീസിൽനിന്നും എല്ലാവരും പോയെങ്കിലും ഞാൻ മാത്രം ചെന്നില്ല. അതൊരു ചർച്ചയ്ക്ക് വഴിവെച്ചത് അറിഞ്ഞെങ്കിലും ഞാനത് കേട്ടതായി നടിച്ചില്ല. ആ ദിവസങ്ങളിലെല്ലാം ഞാൻ മറ്റൊരു കാര്യത്തെക്കുറിച്ചുള്ള ചിന്തയിലായിരുന്നു. അതായത് ആ മരിച്ച പെൺകുട്ടിയെ ഇന്റർവ്യൂ ചെയ്ത ദിവസം. ചിത്രശലഭങ്ങളുടെ ചിത്രങ്ങൾ തുന്നിയ ഒരു സാരിയുടുത്താണ് അന്നവൾ വന്നത്. എനിക്കപ്പോൾ അതൊരു കൂട്ടം ശലഭങ്ങൾ പൊതിഞ്ഞു കൊണ്ടു വന്ന മരണപ്പെട്ടവളായാണ് തോന്നിയത്. അവളുടെ രണ്ടു കൈത്തണ്ടയിൽനിന്നും രക്തം ഇറ്റിവീഴുന്നത് ഞാനന്ന് കൗതുകത്തോടെ നോക്കിയിരുന്നിരുന്നു. വിദഗ്ധനായൊരു സംഗീതജ്ഞൻ പിയാനോയിൽ തീർക്കുന്ന സിംഫണിയുടെ താളക്രമം ആയിരുന്നതിന്. ഒന്നിനു പിറകെ ഒന്നായി വീണുതിർന്ന് മുറിയാകെ പരക്കുന്ന രക്തത്തുള്ളികൾ! അതിനൊപ്പം പെയ്യുന്ന മഴയുടെ നേർത്ത ശബ്ദവും ചേർന്നുവന്നപ്പോൾ അവൾ ഉറപ്പായും മരിച്ചവളാണെന്ന് തീർച്ചപ്പെടുത്തി. അവൾ ജോലിക്ക് വന്നു തുടങ്ങിയതു മുതൽ എനിക്കെന്തെന്നില്ലാത്ത സന്തോഷമുണ്ടായിരുന്നു. പക്ഷേ ഒരിക്കൽപോലും വ്യക്തിപരമായി ഞാനവളോട് സംസാരിച്ചിരുന്നില്ല. പൊതുവെ ആരോടുമങ്ങനെ ഇടപഴകാറുമില്ല. എന്നിരുന്നാലും അവളില്ലാത്ത ദിവസങ്ങളിൽ വരണ്ടു നിൽക്കുന്ന ഒരു ദുഃഖമെന്നെ പിടികൂടാറുണ്ടായിരുന്നു. ആ ദിവസങ്ങളിൽ ഞാൻ എന്നോടുതന്നെ സംസാരിക്കും. സന്തോഷങ്ങളായും ദുഃഖങ്ങളായുമത് മാറിമറിയും. വിചിത്രമെന്നു പറയട്ടെ, അവൾ കൈഞരമ്പുകൾ മുറിച്ചാണ് ആത്മഹത്യ ചെയ്തതും! അവൾ സിൽവിയ പ്ലാത്തിന്റെ കവിതകളുടെ ആരാധികയാണെന്ന് അറിഞ്ഞതും അതിനുശേഷമാണ്. അവളോടിപ്പോൾ എന്തെന്നില്ലാത്ത അസൂയ തോന്നുന്നു. മരണത്തെ അത്രയേറെ സ്നേഹിക്കുകയെന്നത് എളുപ്പമുള്ളതല്ല. അവളുടെ മരണത്തിനു രണ്ടാഴ്ചയ്ക്കു ശേഷം ഓഫീസ് അഡ്രസിൽ എനിക്കൊരു കത്തു വന്നു, അവളെഴുതിയ ആ കത്തിൽ മരണത്തെക്കുറിച്ചുള്ള അവളുടെ നിരീക്ഷണങ്ങളായിരുന്നു. എന്തുകൊണ്ട് എനിക്കുതന്നെ ആ കത്തെഴുതി എന്നത് അജ്ഞാതമായി തുടരുന്നുണ്ട്. ഒരുപക്ഷേ അവളതിൽ എഴുതിയ സിൽവിയയുടെ കവിതയിൽ അതിനുള്ള ഉത്തരമുണ്ടാവുമെന്ന് തോന്നുന്നു. പക്ഷേ പുസ്തകങ്ങൾ ഒന്നുംതന്നെ വായിക്കാൻ തോന്നുന്നില്ല.

മരണത്തെക്കുറിച്ചു കത്ത്

ഇങ്ങനെയൊരു കത്ത് ആർക്ക് എഴുതണമെന്നായിരുന്നു കഴിഞ്ഞ രണ്ടു വർഷങ്ങളായി ഞാനോർത്തിരുന്നത്, അത്രനാളും മരണത്തെ പുൽകാനാവാതെ വേദനിക്കുകയായിരുന്നു. അതെത്രമാത്രം നിരാശയാണെന്ന് ആർക്കും മനസ്സിലാവില്ല. ഒരോ ദിവസവും മരിച്ചില്ലെന്നറിയുമ്പോൾ ലോകത്തോടുതന്നെ വെറുപ്പു തോന്നും. മഴയുള്ള ദിവസങ്ങളിലെല്ലാം ഞാനെന്റെ മരണത്തെ സങ്കൽപ്പിക്കാറുണ്ട്. ഇടിച്ചുകുത്തി പെയ്യുന്ന മഴയും ചൂളംവിളിച്ചു വരുന്ന കാറ്റും മരണത്തിന്റെ വാഹകരാണ്. വലിയൊരു കാവിനു സമീപത്താണ് എന്റെ വീട്. നിറയെ പാമ്പുകൾ അവിടെയുണ്ടെന്ന് പറഞ്ഞു കേട്ടിട്ടുണ്ട്. ഞാനൊരിക്കലും അവയെ കണ്ടിട്ടില്ല. പക്ഷേ ഇഴഞ്ഞു നടക്കുന്ന സുന്ദരമായ മരണത്തിന്റെ നൂലുകളെ ഞാൻ കണ്ടിട്ടുണ്ട്, അവയെന്നോട് സംസാരിക്കാറുണ്ടായിരുന്നു. ഞാനവരോടും. നോക്കൂ എനിക്ക് ഭ്രാന്താണെന്നു തോന്നുന്നുണ്ടോ? ക്ഷമിക്കണം, എല്ലാത്തിലും മരണം കാണുന്നവളുടെ മായക്കാഴ്ചകളാണെന്നു കരുതാം, അല്ലായെങ്കിൽ ചിരിച്ചു തള്ളാം. രണ്ടായാലും ഈ കത്ത് നിങ്ങൾക്ക് ലഭിക്കുമ്പോൾ ഞാനെന്റെ ആഗ്രഹം പൂർത്തികരിച്ചു കഴിഞ്ഞിരിക്കും.

സുന്ദരമായ മരണത്തിന്റെ അനുഭൂതി! നിങ്ങളെ ആദ്യമായി കണ്ട ദിവസംതന്നെ നിങ്ങളിൽ തങ്ങിനിൽക്കുന്ന മരണഗന്ധമെന്നെ ആകർഷിച്ചിരുന്നു. മരിക്കാൻ തീരുമാനിച്ചില്ലായിരുന്നെങ്കിൽ നിങ്ങളിൽ ഞാൻ അനുരാഗവതി ആയേനേ. ഭാഗ്യം, അങ്ങനെ സംഭവിക്കാത്തതിൽ നിരാശയുണ്ടോ? എങ്കിൽ ഇതുകൂടെ പറയാം, എനിക്ക് വിചിത്രമായൊരു സ്വഭാവം ഉണ്ടായിരുന്നതാണത്. വായിച്ച കഥകളിലെ കഥാപാത്രങ്ങളുമായി ശരീരം പങ്കുവെയ്ക്കുന്നത് ഓർക്കുന്നതായിരുന്നത്. അതിലെന്നെ തൃപ്തിപ്പെടുത്തിയത് സോർബ മാത്രമാണ്. മറ്റെല്ലാവരും പരാജയപ്പെട്ടെന്നല്ല അതിനർത്ഥം. അവരൊന്നുമെന്റെ ഇഷ്ടങ്ങളെ പരിഗണിച്ചിരുന്നില്ലെന്നാണ്. നിങ്ങളായിരുന്നു ഈ ദിവസങ്ങളിൽ മുഴുവൻ സോർബയുടെ സ്ഥാനത്ത്. വന്യമായ എന്റെ ആശകളിൽ നിങ്ങൾ എനിക്കൊപ്പം നിന്നിരുന്നു. അതെങ്ങനെ

സംഭവിച്ചെന്ന് വ്യക്തമാക്കാനും കഴിയില്ല, അതെന്നോടൊപ്പം സ്വതന്ത്രമാവുകയാണ്.

മൂന്നു രാത്രികൾ പൂർണ്ണമായും എന്റെ ഉറക്കിനെ കവർന്നെടുക്കാൻ കഴിഞ്ഞു ആ കത്തിന്. മാത്രമല്ല എന്റെ മുറിയിൽ രണ്ടാമത്തെ ആളായി അവളുടെ സാമീപ്യവും അനുഭവിച്ചു തുടങ്ങി. കയറുമായി ഇരിക്കുന്ന അയാളിപ്പോൾ ഒന്നും പറയാറില്ല. ഓഫീസ് ജോലികളിൽ വീണ്ടും മടുപ്പു ബാധിച്ചു. ആരുമില്ലാത്ത ഒരിടത്തേക്ക് ഓടിപ്പോവാൻ മനസ്സ് എന്നെ പ്രലോഭിപ്പിക്കാൻ തുടങ്ങി. ബോധത്തിനും അബോധത്തിനുമിടയിലെ അജ്ഞാതമായ ലോകത്തേക്ക് മാത്രമായി ഞാൻ ചുരുങ്ങി. വല്ലപ്പോഴും ചെന്നിരിക്കാറുള്ള കടൽത്തീരത്ത് സ്ഥിരമായി ചെല്ലാൻ തുടങ്ങിയതും അതിനുശേഷമാണ്. അവിടെ ചെല്ലുമ്പോഴെല്ലാം അവർ രണ്ടുപേരും കൂടെവരാൻ തുടങ്ങി. അവരോടുള്ള എന്റെ സംസാരങ്ങൾ മറ്റുള്ളവർക്ക് ചിരിക്കാനുള്ള അവസരമാവുന്നെന്ന് തിരിച്ചറിഞ്ഞപ്പോൾ അത് നിർത്തി. ഓഫീസിൽ നിന്നും നേരെ ഫ്ളാറ്റിലേക്കും തിരിച്ചുമായി ദിവസങ്ങൾ ക്രമീകരിക്കപ്പെട്ടു. പക്ഷേ നഗരമധ്യത്തിലെ ആ ഫ്ളാറ്റിലെ ജീവിതം കൂടുതൽ ദുസ്സഹമാവാനത് കാരണമായി.

ഒരു കാരണവുമില്ലാതെ ഞാൻ കരയാൻ ആരംഭിച്ചു. തുറന്നു വെയ്ക്കാറുള്ള ജാലകങ്ങൾ മുഴുവൻ സമയവും അടച്ചിടാൻ തുടങ്ങി. അതൊരു തുടക്കമായിരുന്നു. എല്ലാത്തിൽനിന്നും ഒളിച്ചോടുന്നതിന്റെ തുടക്കം. പക്ഷേ എനിക്കു മുൻപാകെ മരണങ്ങൾ സംഭവിക്കാനുള്ള ഒരിടവേള മാത്രമായിരുന്നത്. സ്ഥിരമായി ജോലിക്ക് പോവാതിരുന്നതു മൂലം ജോലി നഷ്ടമായി. അതു ശുഭകരമായാണ് എനിക്കു തോന്നിയത്.

ചെറിയ വാടകയ്ക്ക് ഈ വീടെടുത്തു. മാസാമാസം വാടക കൊടുക്കുന്നതിന്റെ ബുദ്ധിമുട്ട് ഒഴിവാക്കാൻ ഒരു വർഷത്തെ വാടക ഒന്നിച്ചു നൽകി. വീണ്ടും പുസ്തകങ്ങളുമായി ഇവിടെ വന്നുചേർന്നു. അതിനിടയിൽ ഒരു തവണ വീട്ടിലേക്ക് പോയി. പോവേണ്ടിയില്ലെന്നു തോന്നിയ യാത്രയായിരുന്നത്. അമ്മയേയും അച്ഛനേയും കണ്ടുമടങ്ങാമെന്നു കരുതിയാണ് പോയത്. പക്ഷേ അവിടെ എത്തിയതു മുതൽ അകാരണമായൊരു ഭയമെന്നെ പിടികൂടിയിരുന്നു. മരണത്തിന്റെ ഗന്ധം എന്റെ വീടിനെ ചൂഴ്ന്നുനിന്നു. മറ്റൊരിക്കലും ഞാനതവിടെ വെച്ച് അനുഭവിച്ചിരുന്നില്ല. പൂത്തുനിൽക്കുന്ന ചാമ്പമരങ്ങളെപ്പോലുമത് ബാധിച്ചിരുന്നു. പക്ഷേ ആര്, എപ്പോൾ, എവിടെയെന്ന് മാത്രം യാതൊരു സൂചനകളും ലഭിച്ചേയില്ല. അകത്തേക്ക് കയറാതെ മടങ്ങിപ്പോവാമെന്ന് ആലോചിച്ചു. അതിനു കഴിയുന്നതിനു മുൻപ് അമ്മയെന്നെ കണ്ടു. കുറേ നാളുകൾക്കുശേഷം രുചികരമായ ഭക്ഷണം കഴിച്ചു. ജോലി നഷ്ടമായതിനെക്കുറിച്ച് പറഞ്ഞില്ല, ഒരു രാത്രിയെങ്കിലും

സ്വസ്ഥമായി ഉറങ്ങാമെന്നു കരുതിയാണ് കിടന്നത്, പക്ഷേ കഴിഞ്ഞ ഒന്നരവർഷത്തെ പോലെ തന്നെ അന്നും അവരിരുവരും കടന്നുവന്നു. മഞ്ഞു വീഴുന്ന ശബ്ദം മുറിക്കുള്ളിൽ കേൾക്കാമായിരുന്നു, പതിയെ ഓരോ കാലടികളെടുത്തു വെച്ച് ആരോ വീടിനു മുകളിലൂടെ നടക്കുന്നെന്നാണ് ആദ്യം തോന്നിയത്. പക്ഷേ അതൊരു നിമിഷത്തിനപ്പുറം ഭീതി നിറച്ചു. അവളായിരുന്നതിനു കാരണക്കാരി ആയത്. അന്നു രാത്രിയിൽ അവളെന്നെ ശയിക്കാൻ ക്ഷണിച്ചു!

മനസ്സും ശരീരവും എതിർദിശകളിലേക്ക് ശക്തമായി പിളർത്തപ്പെടുകയായിരുന്നപ്പോൾ, അതിന്റെ കഠിനമായ വേദനയിൽ അടിവയറ്റിൽനിന്നൊരു നിലവിളി പുറപ്പെട്ടു. അതേ നിമിഷത്തിൽ വീട്ടിനകത്താണെന്ന് തലച്ചോറിൽനിന്നുള്ള സൂചനകൾ ശക്തമായി. ഉപബോധമനസ്സും ബോധമനസ്സും തമ്മിലുള്ള വടംവലിയിൽ ദേഹമാകെ മുള്ളുകൾ കുത്തിയിറക്കുന്നത്ര വേദന വ്യാപിച്ചു. അതിൽനിന്നും രക്ഷപ്പെടാൻ എത്ര ശ്രമിച്ചിട്ടും കഴിഞ്ഞതുമില്ല. അയാളുടെ കയ്യിലെ കയറിൽനിന്നുമുള്ള ഗന്ധം അസഹനീയമായി. ദിവസങ്ങൾ കഴിയുന്തോറും ആ ഗന്ധത്തിന് കാഠിന്യമേറുന്നത് ഞാനറിഞ്ഞു. എന്റെ മുറിക്കുള്ളിൽ ചൈനീസ് മണിയുടെ നേർത്ത ശബ്ദം നിറഞ്ഞു. അയാളുടെ കൈയിൽ നിന്നായിരുന്നത് പുറപ്പെട്ടത്. ആ രാത്രിയെ എങ്ങനെ അതിജീവിച്ചെന്ന് ഈ നിമിഷത്തിലും അറിയില്ല. സ്വസ്ഥമായി ജീവിക്കാമെന്നു കരുതിയ വീടു പോലും നഷ്ടമായെന്ന സങ്കടവും പേറി അടുത്ത ദിവസം രാവിലെതന്നെ മടങ്ങി. അമ്മയുടെ നിർബന്ധം കണ്ടില്ലെന്ന് നടിച്ചു. കടുത്ത വെയിലിലേക്കിറങ്ങി നടക്കുമ്പോൾ മരങ്ങൾക്കു കീഴെയെല്ലാം മരണപ്പെട്ടവരുടെ ശരീരങ്ങളാണ് ഞാൻ കണ്ടത്, കൂട്ടത്തിൽ അതേ ചിത്രശലഭ തുന്നലുകളുള്ള സാരിയിൽ അവളേയും കണ്ടു. കൂടുതൽ ശക്തമായി അവളുടെ കൈയിൽനിന്നും അപ്പോഴും രക്തമിറ്റി വീഴുന്നുണ്ടായിരുന്നു. എങ്ങനെയെങ്കിലും ബസ്സ്റ്റോപ്പിൽ എത്തിയാൽ മതിയെന്നു കരുതി വേഗത്തിൽ നടന്നു. ഇടയ്ക്ക് ഒന്നു രണ്ടു പരിചയക്കാരെ കണ്ടെങ്കിലും ആരോടുമൊന്നും മിണ്ടിയില്ല, ചിരിക്കാൻപോലും മറന്നിരുന്നു. അല്ലെങ്കിൽ ആ ദിവസങ്ങളിൽ ചിരിക്കുകയെന്ന പ്രവൃത്തി എനിക്ക് ഓർമ്മ പോലുമില്ലായിരുന്നു! ഭാഗ്യത്തിനോ അതോ നിർഭാഗ്യത്തിനോ എന്നറിയില്ല പതിവു പോലെ കാത്തുനിൽക്കാതെ തന്നെ ബസ് കിട്ടി, സ്വന്തമായി ഡ്രൈവ് ചെയ്യുന്ന പതിവ് ഇല്ലാതായത് ഓർത്തപ്പോൾ സങ്കടം ഇരച്ചുകയറി വന്നു. അപ്രതീക്ഷിതമായി സംഭവിച്ച ഒരു ആക്സിഡന്റായിരുന്നതിനു കാരണമായത്. ഇല്ലേൽ എനിക്ക് ബസ് കാത്തു നിൽക്കേണ്ടി വരില്ലായിരുന്നു. അന്നത്തെ സംഭവം യാദൃച്ഛികമായിരുന്നില്ലെന്ന് ഇപ്പോൾ സംശയമുണ്ട്.

ആക്സിഡന്റ്

അതുമൊരു മഴക്കാലമായിരുന്നു, മഴക്കാലമെന്നു പറഞ്ഞാൽ ആകാശം പിളർത്തിയതു കണക്കെ വെള്ളം വീഴുന്നത്രയും മഴ. കണ്ണുകാണാൻ പറ്റാതിരുന്ന മഴയിൽ പുറത്തേക്കിറങ്ങേണ്ടി വന്നതിനു പിന്നിലും ഒരു മരണമായിരുന്നു. കൂടെ പഠിച്ചിരുന്ന ഒരാൾ ആത്മഹത്യ ചെയ്തതായിരുന്നു. അതറിഞ്ഞയുടനെ ഹോസ്റ്റലിൽ നിന്നും ഞങ്ങൾ മൂന്നു പേർ ആശുപത്രിയിലേക്ക് പുറപ്പെട്ടതായിരുന്നു. മുന്നോട്ടുള്ള കാഴ്ച വ്യക്തമല്ലാഞ്ഞിട്ടു പോലും എന്റെ മാത്രം തീരുമാനമായിരുന്നത്. എതിരെ വന്നൊരു വണ്ടിയിലേക്ക് ഇടിച്ചു കയറിയത് അപ്രതീക്ഷിതമായിട്ടാണ്. ഇടിയുടെ തൊട്ടു മുൻപ് ചിറകു വിരിച്ചു വന്നൊരു മയിൽ എന്റെ കാഴ്ച മറച്ചിരുന്നു. പക്ഷേ മറ്റാരുമത് വിശ്വസിക്കുന്നില്ല.

ഞാൻ മാത്രം കണ്ട ആ കാഴ്ചയെ അവിശ്വസിക്കാൻ നിർബന്ധിതമായി. അതിന്റെ ആഘാതത്തിൽ മൂന്നു മാസമാണ് ജീവിതത്തിൽനിന്നും നഷ്ടമായത്. കൂടെയുണ്ടായിരുന്നവർക്കും പരിക്ക് പറ്റിയിരുന്നെങ്കിലും അത്ര ഗുരുതരമായിരുന്നില്ല. തലയ്ക്കായിരുന്നു പരിക്ക് പറ്റിയത്. അന്നത്തെ സംഭവത്തിനു ശേഷം ഡ്രൈവ് ചെയ്യുന്നതു പോയിട്ട് മുൻ സീറ്റിൽ കയറുന്നതിനുപോലും കഴിഞ്ഞിട്ടില്ല, ഒന്നുരണ്ടു തവണ അതിൽ പരാജയപ്പെട്ടപ്പോൾ പൂർണ്ണമായും ഉപേക്ഷിക്കേണ്ടി വന്നതാണ്. തലേ ദിവസം രാത്രിയിൽ ഒന്നിച്ചുണ്ടായിരുന്നവൻ ഒരു കാരണവുമില്ലാതെ ആത്മഹത്യ ചെയ്തെന്നായിരുന്നു അക്കാലത്ത് കരുതിയത്. പക്ഷേ ബസ്സിലിരുന്ന് അതിനെക്കുറിച്ച് ആലോചിച്ചപ്പോൾ അതങ്ങനെ ആയിരുന്നില്ലെന്ന് തോന്നി. അവൻ മുൻകൂട്ടി മരണത്തെ തീരുമാനിച്ചിരുന്നു, അതുകൊണ്ടാണ് ഒറ്റയ്ക്കൊരു യാത്ര പോയത്. അവനെപ്പോഴും പറയാറുണ്ടായിരുന്ന വിശാലമായ ക്വാറിയിലെ ആഴത്തിൽ മുങ്ങിയായിരുന്നു മരണം. മീനുകൾ കൊത്തിയ അവന്റെ ശരീരമൊരു ജലശില്പം കണക്കെ ആയിരുന്നെന്ന് ഉറപ്പാണ്. ആരെയാവും അവൻ മരണത്തിനുശേഷം

പിന്തുടർന്നിരിക്കുക? എന്നെയല്ലായെന്നത് ഉറപ്പാണ്. മറ്റാരോ എവിടെയോ അവനെ പേറുന്നുണ്ടാവും.

തിരികെ വാടകവീട്ടിലെത്തിയെങ്കിലും മനസ്സ് അസ്വസ്ഥമാണ്. വീട്ടിലേക്ക് ചെന്നു കയറിയപ്പോൾ മുതൽ പിന്തുടർന്ന പുതിയൊരു മരണത്തെ സംബന്ധിച്ചുള്ള ആധി വിട്ടുമാറുന്നില്ലായിരുന്നു. മുറിയടച്ച് അകത്തു തന്നെയിരുന്നു. മഴയ്ക്ക് ഒട്ടും ശമനമില്ല. ഭൂമിയെ ആകെ വിഴുങ്ങാൻ തയ്യാറെടുക്കുന്നതു കണക്കെയത് നിർത്താതെ പെയ്യുകയാണ്. മുറിയിൽ ചടച്ചിരിക്കുന്ന എനിക്കു മുൻപിൽ വീണ്ടും അവർ രണ്ടു പേരും വന്നു. ഇത്തവണയും അയാളെനിക്കു നേർക്ക് ദുർഗന്ധമുള്ള കയർ നീട്ടി. അവളാവട്ടെ കൈത്തണ്ടയിൽ നിന്നുമുള്ള രക്തം മുറിയാകെ ഇറ്റിച്ചു നടന്നു. വിഷാദമെന്നെ വീണ്ടും മുറുകെ പുണർന്നു. മുറിയുടെ ഒരു മൂലയിൽ മൂന്നുനാലു മണിക്കൂർ കൂനിയിരുന്ന് ആത്മപീഡനം നടത്തി. ഒട്ടും ആശ്വാസകരമല്ലാത്ത ആ അവസ്ഥയെ ആലോചിക്കുന്നതു പോലും ഭീതിതമായ ഓർമ്മയാണ്. ആ ഇരിപ്പ് അവസാനിക്കുമ്പോൾ മഴ അൽപ്പം ശമിച്ചിരുന്നു. എഴുന്നേൽക്കാൻ കഴിയാത്തതു കണക്കെ കാലുകൾ മടങ്ങിയതുകൊണ്ട് നിരങ്ങിനീങ്ങി മുറിക്കു പുറത്തുകടന്നു.

മഴ അഴിച്ചിട്ട ജലത്തിന്റെ ഉടുപ്പുകളപ്പോൾ മുറ്റമാകെ അലസമായി കിടന്നിരുന്നു. സാധാരണ ഒരു മനുഷ്യനു സന്തോഷത്തെ നൽകുന്ന ആ കാഴ്ചയെന്നെ തീർത്തും പ്രതികൂലമായാണ് ബാധിച്ചത്. മുറ്റത്താകെ രക്തഗന്ധം പരക്കുന്നതുപോലെ. സത്യമോ മിഥ്യയോ എന്നറിയാത്ത തരത്തിൽ അവിടമാകെ അനേകം മരണങ്ങളുടെ അല്ലെങ്കിൽ മരിച്ചവരുടേതെന്ന് കരുതാവുന്ന ഗന്ധം നിറഞ്ഞു. അടുത്തെങ്ങും കാടോ മലയോ ഇല്ലാഞ്ഞിട്ടുപോലും നനഞ്ഞു കുതിർന്നൊരു മയിൽ മുറ്റത്തേക്ക് പറന്നിറങ്ങി. അതെന്നെ സാകൂതം നോക്കിയിരുന്നു.

ആക്സിഡന്റിന്റെ സമയത്ത് ഞാൻ കണ്ടിരുന്ന അതേ മയിൽതന്നെ ആയിരുന്നത്! പോക്കറ്റിൽ കിടന്ന ഫോൺ റിംഗ് ചെയ്തപ്പോഴാണ് ഞാനാ കാഴ്ചയിൽനിന്നും മാറിയത്. വീടിനോട് ചേർന്ന് പാട്ടത്തിനെടുത്ത് അച്ഛൻ കൃഷി ചെയ്യുന്ന സ്ഥലത്ത് ഒരു വയോധികൻ ആത്മഹത്യ ചെയ്തെന്നു പറയാൻ അമ്മ വിളിച്ചതാണ്. മരിച്ചയാളുടെ പേരു കേട്ടപ്പോൾ അയാളുടെ ആത്മഹത്യയിൽ ആശ്ചര്യം തോന്നിയില്ല. ആയിടയ്ക്ക് ആഴ്ചപ്പതിപ്പിൽ വായിച്ചതിൽ ഏറ്റവും ഇഷ്ടപ്പെട്ട കഥ അയാളെഴുതിയ 'അന്നാ കരിനീനയിലേക്കുള്ള രൂപാന്തരം' എന്ന കഥ ആയിരുന്നു.

അന്നാ കരിനീനയിലേക്കുള്ള രൂപാന്തരം

മരിക്കുകയെന്നത് തികച്ചും സ്വകാര്യമായൊരു ആനന്ദമാണ്. അതിലേക്കുള്ള വഴികളുടെ തിരഞ്ഞെടുപ്പുകളാണ് പ്രയാസം. ഒരു ദിവസത്തെ അല്ലെങ്കിൽ ഒരു നിമിഷത്തെ തീരുമാനവും മരണത്തിനു പിന്നിലുണ്ടാവാറുണ്ട്. അത്രയും വേഗത്തിൽ ആനന്ദത്തെ നേടാനാവുന്നവർ ഭാഗ്യവാന്മാരാണ്. നോക്കൂ എന്റെ അറുപത് വർഷത്തിന്റെ മുക്കാൽ പങ്കും ഞാനീ തീരുമാനത്തിലേക്ക് എത്തുവാനുള്ള അലച്ചിലിൽ ആയിരുന്നു. ഓരോ തവണയും തീരുമാനിച്ചുറപ്പിച്ച നിമിഷങ്ങൾ പലകാരണങ്ങൾകൊണ്ടു വഴുതിമാറുന്നത് ആത്മനിന്ദയോടു കൂടെ നോക്കിനിൽക്കേണ്ടി വന്നിട്ടുണ്ട്.

മുപ്പത് വർഷം ഒരു പുസ്തകക്കടയിലെ ജോലിയിലായിരുന്നു. പ്രസ് ക്ലബ് റോഡിലുള്ള അവിടെ എന്നെക്കൂടാതെ മറ്റു രണ്ടാളുകളുണ്ട്, രണ്ട് സ്ത്രീകൾ. അവർ വന്നതിനുശേഷമാണ് എനിക്കൽപം വിശ്രമം ലഭിച്ചത്. എന്നു പറഞ്ഞാൽ വായിക്കാനുള്ള സമയം ലഭിച്ചത്. കൃത്യമായി പറയുകയാണെങ്കിൽ മെല്ലിച്ച ആ പെൺകുട്ടി വന്നതു മുതലാണത്. വിഷാദം നിറച്ചുവെച്ച രണ്ടു ദ്വീപുകൾപോലുള്ള അവളുടെ കണ്ണുകളാണ് എന്നെയാദ്യം ആകർഷിച്ചത്. പക്ഷേ അവളെന്നെ അത്ഭുതപ്പെടുത്തിയത് പുസ്തകങ്ങളെ പരിചരിക്കുന്നതിലാണ്.

അമ്മ കുഞ്ഞിനെ നോക്കുന്നതു കണക്കെയാണ് അവളത് ചെയ്യാറുള്ളത്. വലിയൊരു പുസ്തക മരം പോലെയാണ് പുസ്തക ശാലയുടെ രൂപകൽപന, ആ മരത്തിൻ കീഴിലുള്ള ചെറിയൊരു പോടാണ് അതിനകത്തേക്കു കടക്കാനുള്ള വഴി, ഭൂനിരപ്പിൻ താഴെ ആയതുകൊണ്ട് മഴക്കാലങ്ങളിലെല്ലാം ജലം അതിനുള്ളിലേക്ക് കിനിഞ്ഞിറങ്ങും. ഞങ്ങളപ്പോൾ പുസ്തകങ്ങൾ വെച്ച തട്ടുകളിലേക്ക് ജലമിരച്ചു കയറാതിരിക്കാൻ പ്രയാസപ്പെടും. പുസ്തകശാല സന്ദർശിക്കുന്ന ആളുകൾക്കതൊരു കൗതുകമാണ്. പക്ഷേ ഓരോ പുസ്തകത്തേയും

അത്രമേൽ സ്നേഹിക്കുന്ന ഞങ്ങളുടെ ഹൃദയമപ്പോൾ മഴയ്ക്കു മുൻപ് ചേക്കാറാൻ തിരക്കുകൂട്ടുന്ന പക്ഷിയുടെ ചിറകടി കണക്കെ വേഗതയിൽ മിടിക്കും. ഓടിനടന്ന് പുസ്തകങ്ങളെ തൊടാനെത്തുന്ന ജലത്തെ വഴിതിരിച്ചു വിടും. രാത്രികളിൽ മഴപെയ്യുമ്പോൾ അവളെഴുന്നേറ്റിരുന്ന് കരയാറുണ്ടായിരുന്നെന്നു കേട്ടപ്പോൾ എനിക്കതിശയമൊന്നും തോന്നിയില്ല. ആ നേരത്ത് ബോട്ടുണ്ടേൽ അവളതിൽ കയറി വന്നേനെ. നനഞ്ഞെത്തുന്ന അവൾ ഓരോ പുസ്തകങ്ങൾക്കു മുന്നിലും നിന്ന് അവയെ നനയാതെ സൂക്ഷിച്ച് വെക്കും. അവയ്ക്ക് കാവലിരിക്കും. അവൾ വന്നതിനു ശേഷമാണ് പുസ്തകശാലയ്ക്ക് ജീവൻ വെച്ചതുപോലും. അത്രനാളുമതൊരു മണൽക്കൂന പോലെ പുസ്തകങ്ങൾ കൂട്ടിയിട്ട ഇടമായിരുന്നു. ആരെല്ലാമോ വരുന്നു, അവർ സ്വയം പുസ്തകങ്ങളെ ചികഞ്ഞെടുത്തു കൊണ്ടുപോവുന്നു. വരുന്നവരൊന്നും പരസ്പരം മിണ്ടുകയോ ഞാനവരെ നോക്കിയൊന്നു ചിരിക്കുകയോ ചെയ്യാറില്ലായിരുന്നു. ഞാനുമവരുമെല്ലാം ഏതോ അജ്ഞാതലോകത്തിലെ ജീവികളായിരുന്നു.

അവൾ വന്ന ദിവസം ഞാനിപ്പോഴും ഓർക്കുന്നുണ്ട്. വെയിലുകത്തിനിൽക്കുന്നൊരു ദിവസമായിരുന്നത്. പുസ്തകശാലയിലേക്ക് കയറാതെ ഏറെ നേരമവൾ മുൻവശത്തെ പാലമരത്തിനു താഴെ തണൽ കായുകയായിരുന്നു. മയിൽപ്പീലി നിറമുള്ള സൽവാർകമ്മീസിൽ അവളേതോ ബന്ദോപാധ്യായ കഥയിലെ ഗ്രാമീണ നായികയുടെ പ്രതിരൂപമാണെന്നാണ് തോന്നിയത്. അന്നുരാവിലെ പുസ്തകശാലയുടെ ഉടമസ്ഥൻ പുതിയ ജോലിക്കാരി വരുമെന്നു പറഞ്ഞത് ഞാൻ മറന്നിരുന്നു. സത്യത്തിൽ നിരന്തരമായുള്ള എന്റെ മറവി കാരണമാണ് അവളെ നിയമിച്ചതുപോലും. യഥാർത്ഥത്തിൽ എനിക്ക് മറവിയില്ലായിരുന്നു. ഏതു നിമിഷവും മരണത്തെ ആസ്വാദ്യകരമാക്കുന്നതിനെക്കുറിച്ചുള്ള ഗഹനമായ ആലോചനകളിലായിരുന്നു ഞാൻ. ഒരു പുസ്തകശാലയിലെ ജോലിക്കാരൻ എത്ര അലസനാവരുതെന്നോ അതിന്റെ സകല സീമകളേയും ഞാൻ ലംഘിച്ചിരുന്നു. ജീവിതം മടുപ്പു മാത്രമായ ഒരുവൻ ജീവിതത്തിലെ പ്രായോഗികതകളെക്കുറിച്ച് ചിന്തിക്കുന്നതിലെ വൈരുദ്ധ്യത്തെക്കുറിച്ച് സ്വയം ബോധവാനായിരുന്നു. പുസ്തകശാലയിലേക്ക് വരുന്ന ഒരാൾ എന്റെ നിശ്ചലമായ ശരീരം പുസ്തകക്കൂട്ടത്തിൽനിന്നും കണ്ടെടുക്കുന്നതിനെക്കുറിച്ച് വൈയക്തികമായൊരു നിഗൂഢസ്വപ്നത്തെ പേറുന്നുമുണ്ടായിരുന്നു. പക്ഷേ, ജോലിയെന്ന സംരക്ഷണം നൽകിയ ഉടമയോടുള്ള ആശ്രയത്വമുള്ള നന്ദിയെക്കുറിച്ചുള്ള എന്റെ തന്നെ തലച്ചോറിന്റെ ഓർമ്മപ്പെടുത്തലാണ് അത്തരമൊരു പ്രവൃത്തിയിൽ

നിന്നും തടഞ്ഞത്. മറ്റൊരുവനു വേണ്ടി സ്വന്തം സ്വപ്നത്തെ ഉപേക്ഷിക്കുന്നത് ഇക്കാലത്ത് വലിയ നന്മയാണ്. അതേ സമയത്തു തന്നെയത് സ്വയം ഉപേക്ഷിക്കലുമാണ്. വിചിത്രമായ രീതിയിൽ മനസ്സും ബുദ്ധിയും തമ്മിലുള്ള പ്രാപഞ്ചികമായൊരു യുദ്ധമാണത്. മനുഷ്യൻ രണ്ടു രാജ്യങ്ങളാവുന്ന വൈചിത്ര്യം. യുദ്ധത്തിന് തയ്യാറായ ശരീരത്തേയും മനസ്സിനേയും നിയന്ത്രിക്കുന്നതാവും ഒരു മനുഷ്യൻ നേരിടേണ്ടി വരുന്ന ഏറ്റവും വലിയ പ്രതിസന്ധി. പരസ്പരം പോരു വിളിക്കുമ്പോൾ മൂന്നാമതൊരാൾ ഉണ്ടാവുകയുമില്ല! പരസ്പരം ആകർഷിക്കാതെ അകന്നുപോവുന്ന കാന്തിക ശക്തി പോലെയാണത്. അപ്പോഴെല്ലാം മരണമെന്ന ആനന്ദത്തെ മുൻനിർത്തി അതിനെ പ്രതിരോധിക്കും.

അവൾ അവിടെയുള്ള സമയങ്ങളിലാണ് ഞാൻ മരണത്തെക്കുറിച്ച് ചിന്തിക്കാതിരുന്നത്. വായിച്ചു മതിവരാത്ത ഏതെങ്കിലുമൊരു പുസ്തകത്തിലാവും ആ നേരങ്ങളിൽ. ഒരു നാരങ്ങമിഠായി പതിയെ അലിയിച്ച് ആസ്വദിച്ച് രുചിയറിയുന്നതു പോലെയാണ് പുസ്തകങ്ങളെ ഞാൻ വായിച്ചിരുന്നത്. രസമുകുളങ്ങളിൽ അവ തനിയെ പ്രവർത്തിക്കുമെന്നാണ് അനുഭവം. മറ്റൊരാളോട് ഇതിനെ സംബന്ധിച്ചുള്ള തർക്കത്തിന് നിൽക്കാറുമില്ല. വായന തികച്ചും വൈയക്തികമാണെന്ന തിരിച്ചറിവു കാരണമാണത്. ചെറിയ പുസ്തകങ്ങൾ ആണെങ്കിൽപോലും അതിനൊട്ടു മാറ്റവുമില്ലായിരുന്നു. ചില പുസ്തകങ്ങൾ ഒട്ടും രുചികരമാവില്ലെന്നാൽകൂടിയും ഞാനതിൽ കുറ്റങ്ങളെ തിരയാറില്ല, കാരണം അതെഴുതുന്ന നേരത്ത് എഴുത്തുകാരൻ ഉദ്ദേശിച്ചിരുന്ന തരത്തിൽ ഞാൻ വളരാത്തതോ, എന്റെയോ അല്ലെങ്കിൽ അയാളുടെയോ ചിന്താശേഷികൾ തമ്മിലുള്ള അന്തരവും കാരണമാവുമത്. എന്നു കരുതി എല്ലാ പുസ്തകങ്ങളും എല്ലാവർക്കും പ്രാപ്യവുമല്ല. എന്റെ അഭിപ്രായത്തിൽ പുസ്തകം വായിക്കാനെടുക്കുന്ന ഒരാളുടെ മാനസികാവസ്ഥയും വെളിച്ചത്തിന്റെ വിതാനവും വായനയെ സ്വാധീനിക്കുമെന്നാണ്. ഈ പുസ്തകശാലയിൽ എത്തിയ സമയത്ത് പൗലോ കൊയ്‌ലോയുടെ ‘വെറോണിക്ക മരിക്കാൻ തീരുമാനിക്കുന്നു’ എന്ന പുസ്തകം ഒട്ടും ആസ്വാദ്യകരമായിരുന്നില്ല, വർഷങ്ങൾക്കിപ്പുറം ആ പുസ്തകമെനിക്ക് ഏറ്റവും പ്രിയപ്പെട്ടതുമാണ്. അവളാവട്ടെ, ഒരിക്കലും മരണത്തെക്കുറിച്ച് സംസാരിക്കുന്നതുപോലും ഞാൻ കേട്ടിരുന്നില്ല. ഏതെങ്കിലും പുസ്തകത്തിൽനിന്നും ഇറങ്ങി നിൽക്കുന്നൊരു കഥാപാത്രത്തെ പോലെയായിരുന്നവൾ. സന്ധ്യാനേരങ്ങളിൽ അവൾക്ക് അന്നയുടെ ഛായയാണ്. എഴുത്തിൽ സഹായിക്കാൻ വരികയും പിന്നീട് എഴുത്തുകാരന്റെ ജീവിതത്തിന്റെ

തന്നെ ഭാഗമാവുകയും ചെയ്ത അന്ന തന്നെ. പക്ഷേ അവളുടെ കാമുകനാവട്ടെ തീർത്തും സ്നേഹ നിഷേധി ആണെന്നു തോന്നിയിട്ടുണ്ട്. നീണ്ട താടി മാത്രമാണ് അയാൾക്ക് വ്യത്യസ്തമായൊരു വ്യക്തിത്വം നൽകിയിരുന്നത്. പുസ്തകങ്ങളെ സംബന്ധിച്ചോ എഴുത്തുകാരെക്കുറിച്ചോ അയാളൊരിക്കലും പറഞ്ഞു കേട്ടിട്ടില്ല. ആ പുസ്തകശാലയിൽ വന്നിരുന്നവരിൽ അയാൾ മാത്രമായിരുന്നു അങ്ങിനെ. അതിലയാൾക്ക് ഒട്ടും ലജ്ജയുമില്ലായിരുന്നു. പക്ഷേ അവളെ കാത്ത് പുറത്തെ പാലമരത്തണലിൽ നിൽക്കുമ്പോഴെല്ലാം അയാളുടെ കൈവശം വയറുന്തി നിൽക്കുന്നൊരു സഞ്ചിയുണ്ടാവും. മുഷിഞ്ഞ ആ സഞ്ചിയിൽ കൈവിരലുകൾ താനെ ചലിക്കുന്നുണ്ടാവും. അതിനൊരു പ്രത്യേക താളമുണ്ടായിരുന്നു. ആ വഴക്കം കാണുമ്പോൾ ഞാൻ ഓർത്തിരുന്നത് അയാളൊരു തുന്നൽക്കാരൻ ആയിരിക്കുമെന്നാണ്. അതല്ലായെങ്കിൽ ഒരു തബലവാദകൻ. പക്ഷേ അയാളൊരു മീൻവെട്ടുകാരനാണെന്ന് കേട്ടപ്പോൾ അത്ഭുതം തോന്നി. പിന്നീടൊരിക്കൽ അങ്ങാടിയിൽ വെച്ചയാൾ മീൻ വെട്ടുന്നത് നോക്കി നിന്നിട്ടുണ്ടായിരുന്നു. അന്നു മുതൽ അയാളോട് അസൂയയോടുള്ള ആരാധനയായിരുന്നു. തൂക്കിയെടുക്കുന്ന വലിയ മീനിനെ അയാളാദ്യമൊന്ന് കണ്ണുകളാൽ അളവെടുക്കും. ശേഷമതിനെ മുന്നിലെ പുളിമരത്തിന്റെ മുട്ടിയിലേക്ക് വെയ്ക്കും. തൊട്ടടുത്തുള്ള പാത്രത്തിൽനിന്നും ഒരു കൈക്കുടം വെള്ളമെടുത്ത് മീനിന്റെ മേലൊഴിക്കും. ദേഹത്ത് പറ്റിയ മണ്ണു മുഴുവൻ മുട്ടിയുടെ വശങ്ങളിലൂടെ ഒഴുകിയിറങ്ങും. ധ്യാനത്തിലെന്നോണം കണ്ണുകളടച്ചു വെച്ചു കൊണ്ടയാൾ കത്തിക്ക് മൂർച്ച കൂട്ടും. മരത്തണലിൽ വന്നു നിൽക്കുമ്പോഴെല്ലാം അയാളുടെ കൈയിലെ ആദ്യത്തെ ചലനവും അതുതന്നെയായിരുന്നു.

അതിനു ശേഷം അയാൾ മത്സ്യത്തിന്റെ പുറം ഭാഗത്ത് കത്തി കൊണ്ട് പതുക്കെ തലോടും. പ്രണയിനിയെ ചേർത്തു നിർത്തി മുടിയിഴകളിൽ തലോടുന്നതു പോലെയാണത്. അവൾ ദുഃഖങ്ങൾ പൊഴിച്ചിടുന്നതു കണക്കപ്പോൾ തൂളികൾ ചിതറിവീഴും. ഒന്നുകൂടെ അമർത്തി ഉഴിഞ്ഞുകൊണ്ട് മറ്റൊരു കത്തിയെടുത്ത് മത്സ്യത്തിന്റെ തല പ്രത്യേകമായ ആകൃതിയിൽ മുറിക്കും, അതിന് തൊട്ടുമുൻപ് തള്ളവിരൽ കൊണ്ട് മുറിക്കേണ്ട ഭാഗം അടയാളപ്പെടുത്തും. മരണത്തിലേക്ക് ഒരുങ്ങുന്ന ഒരുവൻ ജീവിതത്തെ ക്രമപ്പെടുത്തുന്നതും അതേ തരത്തിലാണെന്നാണ് തോന്നുന്നത്. എല്ലാത്തിനും അയാൾക്കു മാത്രമായുള്ള അളവുകളും, മാപിനികളുമുണ്ടാവും. തല വേർപെടുത്തിയതിനുശേഷം വയർ തുറക്കും. വളരെ സൂക്ഷ്മതയോടെ

ചെയ്യുന്നൊരു പ്രവൃത്തിയാണത്. അവളെ ചേർത്തുപിടിച്ചു നടക്കുമ്പോൾ അത്രയും മൃദുലമായ് അയാളെങ്ങിനെ പിടിക്കുന്നുവെന്നതിനുള്ള ഉത്തരവുമായിരുന്നത്. അതിനു ശേഷമയാൾ മീൻ പല കഷണങ്ങളായി മുറിക്കും, വാങ്ങിയവന്റെ ആവശ്യാനുസരണമാണത്. എന്നാലും അതിലും അയാളുടേതായ രീതിയുണ്ട്, കത്തിയൊരു തൂവൽ കണക്കെ ചലിച്ചുകൊണ്ടാണത്. അയാളോട് അസൂയ ജനിക്കാൻ കാരണവും അതു തന്നെയാണ്, മൃദുലമായുള്ള മരണത്തെ ഞാനാഗ്രഹിക്കുന്നു. പക്ഷേ എന്തുകൊണ്ടോ എനിക്കതിലേക്ക് എത്തപ്പെടാൻ സാധിക്കുന്നില്ല. ദുർഗ്രാഹ്യമായ ആത്മാഹൂതി മാത്രമെ സാധ്യമാവുകയുള്ളൂ. പക്ഷേ അവർ തമ്മിലുള്ള പ്രണയം അയാളുടെ മരണം കൊണ്ട് മുറിഞ്ഞു പോവുകയും ചെയ്തു. ഒട്ടും പ്രതീക്ഷിക്കാതെ ആയിരുന്നത്. പുസ്തകശാലയിലേക്കുള്ള നടപ്പിനിടയിൽ മഴയേറ്റു കുതിർന്ന പഴകിയ കെട്ടിടം മറിഞ്ഞുവീണ് അതിനുള്ളിൽ പെട്ടാണ് അയാൾ മരിച്ചത്. ആ സമയത്തവൾ പുസ്തകശാലയിലേക്ക് ഒഴുകിയിറങ്ങിയ മഴവെള്ളത്തിൽ ചവുട്ടി നിൽക്കുകയായിരുന്നു. ഒരേ മഴയിലവർ രണ്ടിടങ്ങളിലേക്കായി ഒഴുകിപ്പോയി. മരണത്തിന്റെ ആനന്ദം അവളെ തീർത്തും പുസ്തകങ്ങളിലേക്ക് മാത്രമായി ചുരുക്കി. പതിയെ അവൾ അന്നാകരിനീനയായി രൂപാന്തരം പ്രാപിച്ചു. ഞാൻ മാത്രമായിരുന്നതിനു സാക്ഷി!

അന്നത്തെ ദിവസം മുഴുവനായി നഷ്ടപ്പെടുത്താൻ അയാളുടെ മരണവാർത്ത കാരണമായി, മൂന്നാമതൊരാൾ കൂടി എന്റെ ജീവിതത്തിലേക്ക് അതിക്രമിച്ചു കയറി വന്നു. മുറ്റത്ത് കണ്ട മയിലിനെ ഇപ്പോൾ കാണാനില്ല. അതെവിടേക്കോ പറന്നു പോയെന്നു വിശ്വസിച്ചു. വിശപ്പുണ്ടായിരുന്നെങ്കിലും ഒന്നും കഴിക്കാൻ തോന്നിയില്ല. ഒരു നിലവിളി തൊണ്ടയിൽ കുടുങ്ങിനിന്നു. മുറിക്കുള്ളിലെ മരണഗന്ധം കൂടുതലായി. വിഷാദത്തിന്റെ വയലറ്റുപൂക്കളാൽ ഞാൻ മൂടപ്പെട്ടു. എത്ര ആലോചിച്ചിട്ടും മരിച്ചവരുടെ ഗന്ധങ്ങൾ എന്നെ മാത്രം തേടിവരുന്നത് എന്തിനാണെന്നു മാത്രം മനസ്സിലായില്ല. വീണ്ടും കരച്ചിൽ വന്നു. ഉച്ചത്തിൽ കരയാൻ തുടങ്ങി, ആ ദിവസത്തിന്റെ മുക്കാൽ പങ്കും കരഞ്ഞു തീർത്തു. ഒരിടവേളയ്ക്കു ശേഷം മഴ കൂടുതൽ ശക്തിയാർജ്ജിച്ചു. അതിനൊപ്പം എന്റെ വിഷാദത്തിന്റെ തോതുമുയർന്നു. ഇനിയൊരു നിമിഷംപോലും ജീവിക്കേണ്ടതില്ലെന്ന് ഉറപ്പിച്ചു. കടന്നുപോയ ദിവസങ്ങളെല്ലാം വെറും തോന്നലുകളാണെന്ന് മനസ്സ് ആവർത്തിച്ച് ഓർമ്മപ്പെടുത്തി. ഈ ലോകത്ത് ഏറ്റവും ഒറ്റപ്പെട്ട മനുഷ്യൻ ഞാനാണെന്നു തീർച്ചപ്പെടുത്തി. ആർക്കുമെന്റെ വിഷമങ്ങളെ കേൾക്കാൻ നേരമില്ല, ആരുമെന്നെ സ്നേഹിക്കുന്നില്ല.

ആത്മഹത്യ ചെയ്യാൻ തീരുമാനിച്ചു. പക്ഷേ എങ്ങിനെ ചെയ്യുമെന്നത് ചോദ്യചിഹ്നമായി മുന്നിൽ വന്നു.

തൂങ്ങി മരിക്കാമെന്നു കരുതിയപ്പോൾ അയാളുടെ കൈയിലെ കയറിൽ നിന്നുള്ള ദുർഗന്ധം മേലാസകലം നിറഞ്ഞു. മാത്രവുമല്ല പഴയ വീടിന്റെ മച്ചിന്റെ ഉറപ്പ് എത്രമാത്രമുണ്ടെന്ന സംശയവും അതിൽനിന്നും പിന്നോട്ടടിപ്പിച്ചു. കൈഞരമ്പുകൾ മുറിക്കാമെന്നു വെച്ചാൽ മൂർച്ചയുള്ളൊരു ബ്ലേഡ് കൈയിലില്ല. പുറത്തിറങ്ങാൻ മനസ്സ് സമ്മതിക്കുന്നുമില്ല. അതെല്ലാംതന്നെ നിരാകരിക്കുന്ന തരത്തിൽ തലച്ചോർ പ്രവർത്തിക്കുകയും ചെയ്തിരുന്നു, മുമ്പ് പറഞ്ഞതുപോലെതന്നെ മനസ്സും ശരീരവും രണ്ടിടങ്ങളിലേക്ക് സഞ്ചരിച്ചു. ആത്മഹത്യ ചെയ്യാൻ ഉറപ്പിച്ചതിനുശേഷം ഒരാൾ അനുഭവിക്കേണ്ടിവരുന്ന തീവ്രമായ വേദനയാണത്. മരിക്കാൻ പോലും കഴിയാത്തതിന്റെ നിസ്സഹായത വിവരണാതീതമാണ്.

രാത്രിയെ കൂടുതൽ ഇരുട്ടിലാഴ്ത്തിക്കൊണ്ട് മഴ തുടർന്നു. മുറ്റത്തെ മരങ്ങളെല്ലാം മഴയുടെ രതിയേറ്റു തളർന്നു കിതയ്ക്കുന്നത് ജാലകത്തിലൂടെ നോക്കി നിന്നു. എന്നിട്ടും ഒട്ടും ദയയില്ലാതെ മഴ വീണ്ടുമവയെ പുണരുന്നുണ്ട്. നോക്കിനിൽക്കെ പൊടുന്നനെ അവയെല്ലാം തന്നെ മരിച്ചു പോയ മനുഷ്യരാണെന്നു തോന്നി, അലസമായി ഭൂമിയിൽ നടക്കാനിറങ്ങിയ മരണപ്പെട്ടവർ. ജലക്കാലുകൾ മുന്നോട്ടു ചലിപ്പിച്ചവർ പലവഴി പിരിയാൻ തുടങ്ങി. മുറിക്കുള്ളിലും മഴയുടെ വിരലുകൾ നിറഞ്ഞു. ഒരു പുസ്തകം വായിക്കണമെന്ന് അതിയായി ആഗ്രഹിച്ചു, പക്ഷേ അവർ മൂന്നു പേരുമതിന് സമ്മതിച്ചില്ല. മുറിയിൽ നിന്നും പുറത്തിറങ്ങി, മഴയിൽ നനഞ്ഞു. പരാജയപ്പെട്ടൊരു ആത്മഹത്യാ ശ്രമത്തിൽ തല കുനിച്ചു. അന്നാകരിനീനയുടെ രൂപാന്തരം എന്ന കഥയിലെ പുസ്തകശാല കാണാൻ അവിടെ വെച്ചാണ് തീരുമാനിച്ചത്. രാത്രി മുഴുവൻ പെയ്ത മഴയുടെ അവശേഷിപ്പുകൾ നിറഞ്ഞ പാതയിലേക്കിറങ്ങുമ്പോൾ അത്രയും ദൂരേക്കുള്ള ബസ് യാത്രയെക്കുറിച്ച് ഓർത്തിരുന്നില്ല.

പുസ്തകശാല

നേർത്ത വെയിലിൽ പ്രസ്ക്ലബ് റോഡിലൂടെ നടക്കുമ്പോൾ മീൻ വെട്ടുകാരനെക്കുറിച്ചാണ് ഓർത്തത്. ഏതെങ്കിലുമൊരു മരത്തിനു താഴെ അയാളാ മുഷിഞ്ഞ സഞ്ചിയുമായി തൂങ്ങി നിൽക്കുന്നുണ്ടാവുമെന്നു തോന്നി, അവിടെയെങ്ങും അയാളെ കാണാൻ സാധിച്ചില്ല. പക്ഷേ ആ നഗരത്തിന്റെ തിരക്കിലൂടെ നടക്കുമ്പോൾ ആളുകൾക്ക് പതിവിലും തിരക്കുള്ളതു പോലെ തോന്നിയിരുന്നു. ആരും ആരേയും നോക്കുന്നതു പോലുമില്ല. വഴി ചോദിക്കരുതെന്ന് ഒരു കടയിൽ എഴുതി വെച്ചതു കണ്ടപ്പോൾ എനിക്കത്ഭുതമായി. വലിയ ചില്ലലമാരകളിൽ നിറഞ്ഞു നിൽക്കുന്ന പ്രതിമകളാണ് ആ കടയിലുള്ളവരെന്നു മനസ്സു പറഞ്ഞു. അയാളുടെ കഥയിലെ പുസ്തകശാല കണ്ടെത്താൻ എളുപ്പമല്ലായിരുന്നെന്ന് തിരിച്ചറിഞ്ഞു.

ഒന്നിനോട് ഒന്നു ചേർന്ന നിലയിൽ പുസ്തകങ്ങൾ മാത്രം വിൽക്കുന്ന അനേകം കടകൾ എന്നെ കുഴപ്പിച്ചു. അവിടെയൊന്നും ഞാൻ തേടുന്ന മെല്ലിച്ച്, കഴുത്തെല്ലുകൾ തെളിഞ്ഞു കാണുന്ന അവളെ കണ്ടതേയില്ല. നിരാശയുടെ മേഘങ്ങൾ ഉരുണ്ടു കൂടി, മടിച്ചു മടിച്ചു നിന്നിരുന്ന വെയിൽ പൂർണ്ണമായും പിൻവാങ്ങി. പൊടിപറത്തിയൊരു കാറ്റ് ആ തെരുവിനെയാകെ മൂടി. ഞാനപ്പോൾ ദസ്തയേവ്സ്കിയെ ആലോചിച്ചു. മൂടൽമഞ്ഞിൽ ചൂതാട്ടശാലയിലേക്ക് കൂനി നടക്കുന്ന അയാളുടെ രോമക്കുപ്പായത്തിൽ പറ്റിനിൽക്കുന്ന മഞ്ഞുകണങ്ങൾ, ഹൃദയത്തിൽ പാതി എഴുതിവെച്ച കഥയുടെ പൊള്ളലുകൾ, ഒട്ടും സന്തോഷവാനല്ല, അതേസമയം ദുഃഖിതനുമല്ല. വീണ്ടും മുന്നോട്ടു തന്നെ നടന്നു.

കാറ്റ് നിക്ഷേപിച്ച പൊടിയും കടലാസുകളും, പ്ലാസ്റ്റിക് കുപ്പികളും പലയിടങ്ങളിലായി ചിതറി നിൽക്കുന്നുണ്ട്. ആകാശത്തു നിന്നും ഒരു കുസൃതിപ്പെൺകുട്ടി വെള്ളം നിറച്ച ബലൂൺ കുത്തിപ്പൊട്ടിച്ചതു കണക്ക് മഴ വീണു. നിമിഷങ്ങൾക്കകം തെരുവിൽ വെള്ളം പൊങ്ങി. അൽപ്പമെങ്കിലും നനയാതിരിക്കാൻ തൊട്ടടുത്തു കണ്ട വലിയ

മരത്തിനു താഴേക്ക് കയറി നിന്നു. അയാളെഴുതിയ കഥയിലെ പാല മരമായിരുന്നത്! അത്ര നേരവും തേടിയത് എന്റെ മുൻപിൽ കണ്ടു. അതേ പുസ്തകശാല. വലിയൊരു കെട്ടിടത്തിന്റെ താഴത്തെ നില യിലാണത്. ഒരു നിലയെന്നു പറയാൻ പറ്റില്ല. പാർക്കിംഗിനായി നിർമ്മിച്ച സ്ഥലമാണത്. അവിടെ നിന്നുകൊണ്ടുതന്നെ അതിനക ത്തേക്കു നോക്കി. ആദ്യ ദിവസം അവൾ നോക്കിയതു പോലെതന്നെ. നിറയെ മേശകളിട്ട് അതിനു മുകളിലാണവിടെ പുസ്തകങ്ങൾ അടുക്കിവെച്ചിരിക്കുന്നത്. അവയ്ക്കിടയിലൂടെ നടക്കാനുള്ള വഴി യുണ്ട്. പ്രവേശന വഴിയിൽ വലതു വശത്തായി നീളത്തിലുള്ളൊരു തട്ടുണ്ട്. അതിൽ നിറയെ പുസ്തകങ്ങളുമുണ്ട്. പുതിയ പുസ്തക ങ്ങളായിരുന്നത്. മഴ അടങ്ങുമെന്നു തോന്നാത്തതു കൊണ്ട് പുസ്തക ശാലയിലേക്ക് നനഞ്ഞു കൊണ്ടുതന്നെ ഓടിക്കയറി.

അകത്തു കയറിയപ്പോൾ പുസ്തകശാലയുടെ ഉടമയെന്നു തോന്നി ക്കുന്ന ഒരാളെ കണ്ടു. മുന്നിലെ മേശയിൽ അട്ടിവെച്ചിരിക്കുന്ന പുസ്തകങ്ങൾ പരിശോധിക്കുകയായിരുന്നയാൾ. എന്നിട്ടും അയാ ളെന്നെ നോക്കി, ചിരിച്ചു. മിലൻ കുന്ദേരയുടെ ഏതോ ഒരു കഥാപാത്ര മാണ് അയാളെന്നു തോന്നി. പറ്റെ വെട്ടിയൊതുക്കിയ തലമുടിയും, അവധൂതന്റെ കണ്ണുകളുമായിരുന്നയാൾക്ക്. പുസ്തകങ്ങൾ പരിശോ ധിക്കുന്നതിനിടയിലും അയാളവിടെ വരുന്നവരുമായ് ലോഹ്യം പങ്കിടുന്നുണ്ടായിരുന്നു. പുസ്തകങ്ങൾ പരതാനെന്ന വ്യാജേന പതിയെ ഞാൻ ആ മേശകൾക്ക് അരികിലൂടെ നടന്നു, പുറത്ത പ്പോഴും മഴ കനത്തു പെയ്യുന്നുണ്ടായിരുന്നു.

കിനിഞ്ഞിറങ്ങിയ വെള്ളം അകത്തേക്കു കയറുന്നത് തടയാൻ അയാളിടയ്ക്കിടെ എഴുന്നേറ്റു ചെല്ലുന്നത് കണ്ടു. എത്ര തന്നെ തുടച്ചു മാറ്റിയിട്ടും വെള്ളം വീണ്ടുമിറങ്ങി വന്നു. മൂന്നു നാലു മേശ കൾക്കപ്പുറം അവളെ കണ്ടു. അയാൾ എഴുതിയതുപോലെ തന്നെ ഏതോ പുസ്തകത്തിലെ കഥാപാത്രമാണെന്നു തോന്നി. പക്ഷേ കാലമവളുടെ ശരീരത്തിലും മാറ്റങ്ങൾ തീർത്തിട്ടുണ്ടായിരുന്നു, കണ്ണുകൾക്ക് ചുറ്റിലും കറുപ്പ് പടർന്നിട്ടുണ്ട്, പക്ഷേ വിഷാദത്തിന്റെ ദ്വീപുകൾക്ക് പ്രകടമായ മാറ്റമില്ലായിരുന്നു. പുസ്തകം വാങ്ങാൻ വന്ന മറ്റൊരാളുമായവൾ സംസാരിക്കുന്നത് നോക്കിനിൽക്കെ ഞാന വളുടെ കാമുകനായ മീൻവെട്ടുകാരനെക്കുറിച്ച് ഓർത്തു.

എല്ലാ ദിവസവും വൈകുന്നേരങ്ങളിൽ അയാളാ മരത്തണലിൽ സഞ്ചിയുമായി ഇപ്പോഴും വരാറുണ്ടാവും. ആദ്യമായി മരിച്ചുപോയ ഒരാളെ കാണണമെന്നു തോന്നി. അതു തിരിച്ചറിഞ്ഞെന്നോണം ഓഫീസിലുണ്ടായിരുന്നവൾ മുന്നിൽ വന്നുനിന്നു. കൈയിലെ മുറി വിലെ ചോര പുസ്തകങ്ങളിലേക്ക് വീഴ്ത്തിയാണവൾ നിന്നത്.

അയാളാവട്ടെ പുസ്തകശാലയുടെ ഉയരത്തിൽ കയറിൽ തൂങ്ങി നിൽപ്പായിരുന്നു. അവസാനം ആത്മഹത്യ ചെയ്ത വൃദ്ധൻ, അയാൾ വായിച്ചു പൂർത്തിയാക്കാതെ വെച്ചിരുന്ന ഏതോ പുസ്തകം തിരയുകയായിരുന്നു. അവർ മൂവരേയും ഞാനല്ലാതെ മറ്റാരും കണ്ടതുമില്ല, ഒരു പക്ഷേ അവൾ കണ്ടിരിക്കും, ഉറപ്പില്ലയത്. എപ്പോൾ വായിക്കുമെന്ന് നിശ്ചയമില്ലാഞ്ഞിട്ടും ഞാനവിടെ നിന്നും ചാരുനിവേദിതയുടെ നിസാരതയുടെ പകിട്ടുകളും മിലൻ കുന്ദേരയുടെ ഉയിരടയാളങ്ങളും വാങ്ങി. മഴ ശമിക്കാത്തതുകൊണ്ട് പുസ്തകങ്ങൾ വാങ്ങാനെത്തിയവർ അതിനുള്ളിൽ പല തുരുത്തുകളായി മാറിയിരുന്നു. അവരെല്ലാവരും മരിച്ചുപോയ മനുഷ്യരാണെന്ന് സങ്കൽപ്പിച്ചു. അപ്പോഴാണ് ആൾക്കൂട്ടത്തിനു നടുവിൽനിന്നാരോ എന്റെ പേരെടുത്തു വിളിച്ചത്. തീർത്തും അപ്രതീക്ഷിതമായിരുന്നത്, പരിചയക്കാരായി ആരും ആ നഗരത്തിൽ ഇല്ലായിരുന്നതു കൊണ്ട് അതൊരു തോന്നലാവുമെന്നു കരുതി. പക്ഷേ തൊട്ടടുത്ത നിമിഷത്തിൽ പിന്നിൽ നിന്നും തൊട്ടുവിളിച്ച ആളെ കണ്ടപ്പോൾ ആശ്ചര്യമായി.

വീണ്ടുമൊരിക്കൽ കൂടെ കണ്ടുമുട്ടുമെന്ന് പ്രതീക്ഷിക്കാതിരുന്ന അവളായിരുന്നത്. ലീന, അച്ഛന്റെ മരണ ശേഷം പാലക്കാടേക്ക് താമസം മാറിയിരുന്ന അവളീ നഗരത്തിൽ, പുസ്തകശാലയിൽ, കൈയിലൊരു കെട്ടു പുസ്തകവുമായി നിൽക്കുന്നത് പകൽസ്വപ്നമാണെന്നു തോന്നി. ഒരുപക്ഷേ ഇരട്ടപ്പെൺകുട്ടികളെയാണ് കണ്ടതെങ്കിൽ ഒട്ടും അതിശയം തോന്നുമായിരുന്നില്ല. എന്റെ പകച്ച നോട്ടം കണ്ടിട്ടായിരിക്കും അവൾ സ്വയം പരിചയപ്പെടുത്തിയത്.

''എടോ ഞാൻ തന്നെയാണ്, അച്ഛ മരിച്ചേപ്പിന്നെ പാലക്കാട് പുതിയ വീട്ടിലേക്ക് പോയ ലീന തന്നെ, നമ്മൾ തമ്മിൽ അധികം സംസാരിച്ചിട്ടില്ല. പക്ഷേ തന്നെ ഞാനെപ്പോഴും ശ്രദ്ധിക്കാറുണ്ടായിരുന്നു. എന്റെ മുറീന്ന് നോക്കിയാൽ ആ വീട് ശരിക്ക് കാണാമായിരുന്നു, മയിലുകളേയും''

''പക്ഷേ...''

ഒരു പക്ഷേയുമില്ല, ഞാനിപ്പോൾ തൃശ്ശൂരാണ് പഠിക്കുന്നത്, ഇടയ്ക്കിങ്ങനെ ഇവിടേക്കിറങ്ങും. നിറയെ പുസ്തകങ്ങളെ കാണും. ചിലതൊക്കെ വാങ്ങും. താനിപ്പോൾ?

അവളുടെ ആ ചോദ്യത്തിനു മറുപടിയില്ലാതെ പുറത്തെ മഴയിലേക്ക് നോക്കുക മാത്രം ചെയ്തു.

''ഫ്രീയാണേൽ വാ, ഒരുമിച്ചൊരു ചായ കുടിക്കാം.''

അവളുടെ കുടയിൽ കയറി മഴയിലേക്കിറങ്ങി നടക്കുമ്പോൾ ഞാനവളെക്കുറിച്ചോർത്തു, അവസാനമായി കണ്ടതിൽനിന്നും നല്ല

മാറ്റമുണ്ട്. വാക്കുകൾക്കു പകരം കണ്ണുകൾ കൊണ്ട് സംസാരിച്ചിരുന്ന അവളിപ്പോൾ വാക്കുകളുടെ മഴക്കാലമായി മാറിയിരിക്കുന്നു, ഒട്ടും അപരിചതത്വമില്ലാതെ പുസ്തകങ്ങളെ സംബന്ധിച്ചു പറയുന്നു. അവരുടെ പഴയ വീടിനെക്കുറിച്ച് ചോദിക്കണമെന്നു തോന്നി, പക്ഷേ ചോദിച്ചില്ല, അവളായിട്ടൊന്നും പറഞ്ഞതുമില്ല. സംസാരിച്ചിരിക്കെ ഞാനും അവളും തൊട്ടടുത്താണ് ഇപ്പോൾ താമസിക്കുന്നതെന്നു മനസ്സിലായി. അവളെയത് സന്തോഷിപ്പിച്ചു. പഴയ പോലെ പുസ്തകങ്ങൾ മാത്രമാണോ കൂട്ടിനുള്ളൂവെന്നു ചോദിച്ചു. മരണപ്പെട്ട മൂന്നു പേരു കൂടെയുണ്ടെന്നു പറഞ്ഞില്ല. ഒന്നു ചിരിക്കുക മാത്രം ചെയ്തു. ഒരേ നഗരത്തിലേക്കു തന്നെ ആയതുകൊണ്ട് ഒരുമിച്ചാണ് ബസ് കയറിയത്. അപ്പോഴും മഴ പെയ്തിരുന്നു. ഒരേ സീറ്റിലിരിക്കുമ്പോൾ അവൾ അമ്മയെക്കുറിച്ചും അനിയത്തിമാരെപ്പറ്റിയും പറഞ്ഞു.

‘‘അവർ രണ്ടു പേരുമിപ്പോൾ പാലക്കാടു തന്നെ പഠിക്കുന്നു, മമ്മി.’’

അവളത് പൂർത്തിയാക്കിയില്ല, പകരം ബാഗിൽ നിന്നുമൊരു പുസ്തകമെടുത്ത് എനിക്കു നൽകി. പഴകിയ, എന്നാൽ എനിക്കത്രയും പരിചയമുള്ളൊരു പുസ്തകമായിരുന്നത്. അവസാനമായി ഇരട്ടപ്പെൺകുട്ടികൾ കൊണ്ടുപോയ നന്ദിതയുടെ പുസ്തകമായിരുന്നത്. അന്നത്തെ തിരക്കുകൾക്കിടയിൽ ഞാനും അവരുമത് മറന്നു പോയതായിരിക്കും. പക്ഷേ അമ്മയെക്കുറിച്ചവൾ അർദ്ധോക്തിയിൽ അവസാനിപ്പിച്ചത് എന്തിനാണെന്ന് മനസ്സിലായില്ല. പുസ്തകം തന്നതിനു ശേഷമവൾ കണ്ണുകളടച്ചു സീറ്റിലേക്ക് ചാരിയിരുന്നു. അവളപ്പോൾ ചാരിനിർത്തിയ മെഴുകുപ്രതിമയായി. നേർത്ത ശ്വാസം മാത്രമാണ് ജീവനുണ്ടെന്ന് അടയാളപ്പെടുത്തിയത്.

ഞാനപ്പോൾ അവളുടെ മരണത്തെക്കുറിച്ചാണ് ആലോചിച്ചത്. കാടിനു നടുവിലെ ഒറ്റമുറി വീട്ടിലെ പുസ്തകങ്ങൾക്ക് ഇടയിൽ, തലപൂഴ്ത്തിവെച്ച നിലയിലുള്ള മരണം. അവൾക്കപ്പോൾ പുസ്തകങ്ങളുടെ മണമായിരുന്നു. തൊട്ടടുത്ത നിമിഷത്തിൽ എനിക്കെന്നോടു തന്നെ വെറുപ്പായി, ജീവിച്ചിരിക്കുന്നവരുടെ മരണത്തെ സങ്കൽപ്പിക്കുന്നത് നികൃഷ്ടമായ മനസിനു മാത്രമാണ് സാധ്യമാവുകയെന്നു തോന്നി. തൃശ്ശൂരെത്തുവോളം അതേ ഇരിപ്പു തന്നെയായിരുന്നു. സന്ധ്യാ നേരത്താണ് ബസ്സിറങ്ങിയത്. മരണത്തിലേക്ക് ഓടിപ്പോവാൻ തോന്നുന്ന സമയമാണത്. മങ്ങിവീണ നിഴലുകൾ പിന്നിട്ട് വേഗത്തിൽ മുറിയിലെത്താൻ തോന്നി. എന്റെ തിരക്ക് മനസ്സിലായിട്ടോ അതോ അവളും തിരക്കിലാണെന്നതു കൊണ്ടോ ഞങ്ങൾ പെട്ടെന്നു യാത്ര പിരിഞ്ഞു. അടുത്ത ഒഴിവു ദിവസം വീട്ടിലേക്കു

വരാമെന്നവൾ പറഞ്ഞപ്പോൾ കേട്ടതായി ഭാവിച്ചില്ല, വീട്ടിലേക്കു കയറിയതും മഴ വീണ്ടും തുടങ്ങി. കുളിക്കാൻ തോന്നിയില്ല, പകൽ മുഴുവനുണ്ടായിരുന്ന ഉന്മേഷം നഷ്ടമായി. വാങ്ങി വന്ന പുസ്തകങ്ങൾ കട്ടിലിലേക്ക് അലസമായി വലിച്ചെറിഞ്ഞു. അക്കൂട്ടത്തിൽ അവൾ നൽകിയ പുസ്തകവുമുണ്ടായിരുന്നു. മുറിയാകെ വീണ്ടും മരണ ഗന്ധം പടരാൻ തുടങ്ങി. കിടന്നിട്ട് ഉറക്കം വരാതായപ്പോൾ എഴുന്നേറ്റിരുന്നു. കണ്ണുകൾ താനെ നിറഞ്ഞുതൂവി. പ്രത്യേകിച്ചൊരു കാരണവുമില്ലാതെ കരയുകയെന്നത് മുള്ളുകൾ നിറഞ്ഞ ഇരുളിലേക്ക് എടുത്തെറിയപ്പെടുന്നതിനു തുല്യമാണ്. കരയുമ്പോൾ എന്റെ ചിന്തകളിലേക്ക് പുസ്തകശാലയിലെ മെല്ലിച്ച സ്ത്രീ കയറിവന്നു. എനിക്കുടനെ അവരെ കാണണമെന്നു തോന്നി. രാത്രിയാണെന്നും അവരുടെ വീടോ എന്തിന് പേരു പോലും അറിയാത്തത് എന്നെ പിന്തിരിപ്പിച്ചില്ല. പുറത്തേക്കിറങ്ങി നടന്നു.

ആർത്തലച്ചു പെയ്യുന്ന മഴ സൂചികണക്കെ കുത്തി വേദനിപ്പിച്ചു. എന്നിട്ടും ഞാൻ റോഡിലിറങ്ങി. അങ്ങിങ്ങായി തെരുവു നായ്ക്കൾ കൂട്ടംകൂടി നിൽക്കുന്നുണ്ടായിരുന്നു. തൊട്ടടുത്തുള്ള പുഴ കരകവിഞ്ഞ് ഒഴുകി റോഡിലാകമാനം പരന്നിട്ടുണ്ട്. തെരുവു വിളക്കുകളുടെ നരച്ച നിറം മഴവെള്ളത്തിനൊപ്പം ഒഴുകി വീണ് പലതായി ചിതറിയിരുന്നു. അവയെല്ലാംതന്നെ മരിച്ചുപോയ മനുഷ്യരാണെന്നു തോന്നി, തോന്നുക മാത്രമായിരുന്നില്ല ഞാനതിലേക്ക് ഇയ്യാം പാറ്റയെന്നോണം ആകർഷിക്കപ്പെടുകയും ചെയ്തു. എത്ര നേരം അവിടെയങ്ങിനെ നിന്നുവെന്നറിയില്ല. പതിവ് ബീറ്റ്സിന് ഇറങ്ങിയ പൊലീസ് വണ്ടി വന്നു മുന്നിൽ നിന്നപ്പോഴാണ് സ്ഥലകാലബോധം വന്നത്, രാത്രി വണ്ടിയിറങ്ങി വീട്ടിലേക്ക് നടന്നു പോവുകയാണെന്ന് എങ്ങനെയോ പറഞ്ഞൊപ്പിച്ചു, അഡ്രസ് എഴുതി വാങ്ങി അവരെന്നെ വീടിനു മുൻപിൽ കൊണ്ടിറക്കി. പക്ഷേ അതെന്നെ മറ്റൊരു കുരുക്കിലേക്ക് തള്ളിയിടുകയായിരുന്നെന്ന് അറിഞ്ഞത് രാവിലെ പൊലീസുകാർ തേടി വന്നപ്പോഴാണ്.

രാത്രിയൊരു സ്ത്രീ കൊല്ലപ്പെട്ടിരുന്നു. ആ സമയത്ത് ആ വഴിയിൽ ഞാൻ മാത്രമായിരുന്നു ഉണ്ടായിരുന്നത്. മരിച്ചവരുടെ സാമീപ്യത്താൽ പൊറുതിമുട്ടിയ ഞാനൊരു കൊലപാതകിയെന്നും സംശയിക്കപ്പെട്ടു. പഴകിയൊരു കടലാസുപോലെ പൊലീസ് സ്റ്റേഷനുള്ളിൽ അന്നു മുഴുവൻ തടവിലായി. അന്ന എന്നു പേരുള്ള ഒരു സ്ത്രീ ആയിരുന്നു മരണപ്പെട്ടത്, അതോ കൊല്ലപ്പെട്ടതോ?

അന്നയുടെ മരണം

നാൽപ്പത്തഞ്ച് വയസ്സു തോന്നിക്കുന്ന അവർ ആ നാട്ടുകാരിയല്ലായിരുന്നു. പുഴയിൽനിന്നും കരയിലേക്ക് കയറി ചളിയിൽ മുഖം പൂണ്ടു നിൽക്കുന്ന രീതിയിലാണ് മൃതദേഹം കണ്ടെത്തിയത്, തലേദിവസം വെച്ച കുരുക്കിൽ മീൻ കുടുങ്ങിയത് എടുക്കാൻ വന്നവരാണ് പൊലീസിനെ വിവരമറിയിച്ചത്. അവരുടെ വലയിൽ കുരുങ്ങിയതുകൊണ്ടു മാത്രമാണത് ഒഴുകിപ്പോവാതിരുന്നത്. ഒറ്റ നോട്ടത്തിൽ കൊലപാതകമെന്ന് ഉറപ്പാക്കാൻ കഴിയുമായിരുന്നില്ല. പക്ഷേ ആ രാത്രിയിലെ എന്റെ പെരുമാറ്റം തികച്ചും ഒരു കുറ്റവാളിയുടേതോണെന്നായിരുന്നു പൊലീസുകാരുടെ കണ്ടെത്തൽ. അവരെ കുറ്റം പറഞ്ഞിട്ട് കാര്യമില്ല. അവരെന്നെ കൊണ്ടു വിട്ടതിനു ശേഷവും ഞാൻ വീണ്ടും പുറത്തേക്കിറങ്ങിയിരുന്നു. മൃതദേഹം കണ്ടെത്തിയ പുഴവക്കിൽ പോവുകയും ചെയ്തിരുന്നു. അതവരോട് സമ്മതിച്ചതുമാണ്. പക്ഷേ അന്നയെന്നു പറയുന്ന സ്ത്രീയെ പരിചയമില്ലെന്നതു മാത്രമവർ വിശ്വസിച്ചില്ല. ഉപദ്രവിച്ചൊന്നുമില്ല, പക്ഷേ ഇടയ്ക്കിടെ ഒരോ പൊലീസുകാരായി വന്ന് എന്നോട് ഒരേ കാര്യം തന്നെ പല രീതിയിൽ ചോദിക്കുകയായിരുന്നു.

കഴിഞ്ഞ ദിവസത്തെ യാത്രയും അതിനു മുൻപുള്ളതുമായ എല്ലാ കാര്യങ്ങളും ഞാൻ പറയുകയും ചെയ്തു. ലീനയുടെ അച്ഛയെക്കുറിച്ചും ഓഫീസിലെ ജോലിക്കാരിയെക്കുറിച്ചും അവസാനമായി ആ കഥയെഴുതിയ ആളെക്കുറിച്ചും പറഞ്ഞു. അതൊക്കെ കേട്ടപ്പോൾ അവർക്കെന്നെ കൂടുതൽ സംശയമായി. അവരതൊക്കെ അന്വേഷിച്ചു. ഭാസ്കര പൊതുവാൾ എന്ന പേരുള്ള ഒരാൾ ആ പുസ്തകശാലയിൽ ജോലി ചെയ്തിട്ടില്ലെന്ന് ഉടമ ഉറപ്പിച്ചു പറഞ്ഞതായി പൊലീസുകാരെന്നെ അറിയിച്ചു. പൊതുവാൾ എന്ന പേരിൽ കഥ എഴുതിയ ആൾ ഇപ്പോഴും ജീവിച്ചിരിക്കുന്നുവെന്നും അയാളൊരു ലൈബ്രേറിയൻ ആണെന്നുമുള്ളത് എന്നെ കൂടുതൽ കുരുക്കിലകപ്പെടുത്തി. അച്ഛന്റെ കൃഷിസ്ഥലത്ത് മരിച്ചത് അവിടെ അടുത്തു

തന്നെയുള്ള മറ്റൊരാൾ ആയിരുന്നുവെന്നും പൊലിസുകാർ അറിയിച്ചു. സ്വയം അവിശ്വസിക്കാൻ നിർബന്ധിതനായി. അതെന്നെ കൂടുതൽ തളർത്തി. മൂന്നാമത്തെ ദിവസം പോസ്റ്റുമോർട്ടം റിപ്പോർട്ട് ലഭിക്കുന്നതു വരെ അന്നയുടെ മരണത്തിൻ ഞാൻ മാത്രം ഉത്തരവാദിയായി. കൊലപാതകമാണെന്നു കരുതിയ മരണം ആത്മഹത്യ ആണെന്നുറപ്പായത് ആശ്വാസമായി. അതിനിടയിൽ ലീന മാത്രം എന്നെ കാണാൻ സ്റ്റേഷനിൽ വന്നിരുന്നു.

അച്ഛന്റെ മരണത്തക്കുറിച്ച് ഞാൻ പറഞ്ഞത് സത്യമാണെന്ന് അവർ അന്വേഷിച്ചത് അവളോടുതന്നെ ആയിരുന്നു. തത്കാലം രക്ഷപ്പെട്ടെങ്കിലും അത്ര നാളും വിശ്വസിച്ചത് മുഴുക്കെ അസത്യമാണെന്ന് മനസിനെ ബോധ്യപ്പെടുത്താൻ കഴിഞ്ഞതേയില്ല. ലീനയാണ് സ്റ്റേഷനിൽനിന്നും വീട്ടിലേക്ക് കൊണ്ടുവന്നത്. വീടിനകമാകെ അലങ്കോലമായിരുന്നു, മൂക്കു പൊത്തിയാണവൾ അകത്തേക്ക് കടന്നത്. അവളതിന്റെ പേരിൽ എന്നെ വഴക്കു പറയുകയും ചെയ്തു. മാത്രമല്ല വീട് വൃത്തിയാക്കാൻ ശ്രമിച്ചെങ്കിലും ഞാനതിന് സമ്മതിച്ചില്ല. അവൾ പറഞ്ഞ ദുർഗന്ധമൊന്നും അവിടെ ഇല്ലായിരുന്നെന്ന് വാശി പിടിച്ചതാണ് ഞാൻ. പക്ഷേ യഥാർത്ഥത്തിൽ വീടിനകം നിറയെ ദുർഗന്ധമായിരുന്നു, കഴിച്ച പാത്രങ്ങൾ കഴുകാതെ, ശുചിമുറി വൃത്തിയാക്കാതെ, അഴിച്ചിട്ട വസ്ത്രങ്ങൾ, കിടപ്പുമുറിയിൽ പോലുമുള്ള ഭക്ഷണാവശിഷ്ടങ്ങൾ. അതിൽ നിന്നും പുഴുക്കളും ഈച്ചയും പുഴുത്ത് ആർക്കുന്നതു കണ്ട്, ദേഷ്യപ്പെട്ട് ഇറങ്ങിപ്പോവുമ്പോൾ വീണ്ടും കാണേണ്ടിയിരുന്നില്ലെന്നവൾ പറഞ്ഞത് കേട്ടപ്പോഴും നിസ്സംഗതയായിരുന്നെനിക്ക്. അല്ലെങ്കിൽ അവളൊന്നു പോയിക്കിട്ടിയാൽ മതിയെന്ന അവസ്ഥയിലായിരുന്നപ്പോൾ.

എന്റെ മാത്രം ഏകാന്തതയിലേക്ക് മറ്റാരും കടന്നു വരേണ്ടതില്ലെന്ന് ഉപബോധ മനസ്സ് തീരുമാനിച്ചിരിക്കാം. ആ സമയങ്ങളിൽ ബോധമനസ്സ് നഷ്ടമായിരുന്നു. അന്നു രാത്രി വിചിത്രമായൊരു അനുഭവമുണ്ടായി. അതൊരു സ്വപ്നമാണെന്നോ മനസ്സിന്റെ താളം തെറ്റലായിരുന്നുവെന്നോ അറിയില്ല. ആ രാത്രിയിൽ മറ്റൊരു വിചിത്ര സ്വപ്നം കണ്ടു.

വിചിത്രസ്വപ്നം

ദിവസങ്ങളായി പ്രിയപ്പെട്ട ഖലീൽ ജിബ്രാന്റെ കൂടെ ലെബനോനിന്റെ ഭൂമികയിലൂടെ നഗ്നപാദനായ് സഞ്ചരിക്കുകയാണ്, പ്രണയവും തത്വചിന്തകളും ചേർന്ന് വിസ്മയകരമായ ഒരവസ്ഥയിലൂടെയാണ് നിമിഷങ്ങൾ പൊഴിഞ്ഞു വീണുകൊണ്ടിരിക്കുന്നത്. ബെഷാറയിലെ പൈൻമരക്കാടുകൾ തല ഉയർത്തിനിന്ന് നിഴലുകൾ ഭൂമിയെ ചുംബിക്കുന്നു. നടക്കുമ്പോൾമാത്രം തെല്ലൊരു അകലം ഞങ്ങൾക്കിടയിൽ വരുമ്പോൾ കാറ്റിനോട് സല്ലപിക്കുന്നതു മാത്രമേ എനിക്ക് ദൃശ്യമാവുന്നുള്ളൂ. എത്ര മനോഹരമാണ് ആ കാഴ്ചകളെന്നത് വിശദീകരിക്കാൻ എല്ലാ കടലുകളിലേയും ജലത്തിന്റെ സൂക്ഷ്മമായ കണികകൾ എടുത്തെഴുതേണ്ടി വരും.

മണൽക്കാടുകൾ താണ്ടി സഞ്ചരിക്കുമ്പോൾ ബിർക്കാഷനിലെ രാജകുമാരനെ അതിശയിപ്പിച്ച നൃത്തക്കാരിയെ കണ്ടു. ജിബ്രാനരികിലേക്ക് ഓടി വന്നതാണവൾ, ശരീരവും ആത്മാവും ഒന്നായ് ഒഴുകിവരുന്ന നൃത്തത്തിന്റെ ഉറവിടം ഇന്നും അറിയില്ലെന്ന് പറഞ്ഞവൾ എങ്ങോ മറഞ്ഞു. ഒരിക്കൽകൂടെ കാണണമെന്നു മോഹിച്ചു തിരഞ്ഞെങ്കിലും കണ്ടതുമില്ല. അപ്പോൾ വീശിയടിച്ച കാറ്റിനെ താണ്ടി കറുപ്പും വെളുപ്പുമുള്ള അനേകം കുതിരകൾ ഞങ്ങളെ താണ്ടി കടന്നു പോവുന്നുണ്ട്, ആരെന്ന് അന്വേഷിക്കാതെ അവരുടെ ലക്ഷ്യത്തിലേക്ക് ഉടമസ്ഥനെ തേടിയാണ് ആ യാത്രയെന്ന് പതിയെ പറഞ്ഞുകൊണ്ട് അദ്ദേഹമെനിക്ക് അന്ധനായ വാനനിരീക്ഷകനെ കാണിച്ചു തന്നു.

അയാൾ നെഞ്ചിൽ കൈ വെച്ചുകൊണ്ട്, സൂര്യനേയും നക്ഷത്രങ്ങളേയും ദർശിച്ചിരുന്ന വലിയ ദേവാലയത്തിന്റെ പടികൾ തകർന്നിരിക്കുകയാണ്, കാഴ്ചയുണ്ടായിട്ടും ദൈവത്തെ കാണാതെ പോയവരുടെ പ്രവൃത്തിയാണതിനു കാരണമായതെന്ന് സങ്കടപ്പെട്ടു. അവിടെ വെച്ചുതന്നെയാണ് അവഹേളിക്കപ്പെടുന്ന നാടോടിയായ സ്വപ്നാടകനെ കണ്ടതും. അയാളൊരു കുതിരപ്പുറത്ത് ചിരിച്ചിരിക്കുകയായിരുന്നു.

ഇപ്പോഴും ബഹുമതികൾ ഇനിയും ലഭിക്കുമെന്നു പറയുന്നുണ്ടായിരുന്നു. സൗന്ദര്യവും വിരൂപതയും ചേർന്ന് കുളിച്ച കടലിൽ മാറിയണിഞ്ഞ വസ്ത്രങ്ങൾക്ക് ഇന്നും മാറ്റമൊന്നും സംഭവിച്ചിട്ടില്ല. അതിന്നും ഉപ്പിന്റെ കാഠിന്യം പുറപ്പെടുവിക്കുന്നുണ്ട്, ആഴങ്ങളിലെവിടെയോ ഒളിപ്പിച്ച് വെച്ച രഹസ്യ അറയിൽനിന്നും. റൂത്തയെന്ന സ്ത്രീ മരിച്ചിട്ട് എൺപത് വർഷങ്ങൾ കഴിഞ്ഞെന്ന് അന്ന് വിശ്വസിക്കാത്തവർ ആ കുന്നിൻ ചെരുവിലിരുന്ന് ഇന്നും അവളെക്കുറിച്ചുള്ള കഥകൾ മെനയുന്ന തിരക്കിലാണ്, കാലവും വേഷവും മാറിയെങ്കിലും മനുഷ്യമനസ്സിനു മാറ്റമൊന്നുമില്ലെന്ന ഓർമ്മപ്പെടുത്തലായി. രണ്ടു പേർ തമ്മിൽ മുട്ടിയിരുന്ന് അധരങ്ങളിലെ വീര്യം കൂടിയ ചുവന്ന വൈൻ പരസ്പരം വെച്ചു മാറുന്നുണ്ട്. ഒരിടത്തു വെച്ചാണത് ചെയ്യുന്നതെങ്കിലും അവരുടെ മനസ്സുകൾ തമ്മിൽ രണ്ട് പർവതങ്ങൾക്കിടയിലെ അകലമുണ്ടെന്നും.

കഠിനമായ പരീക്ഷണങ്ങളിലൂടെ കടന്നുപോവുമ്പോഴും പൂർണ്ണ പ്രണയത്തിൽ പാതകൾ മനോഹരമായ പൂക്കൾ നിറഞ്ഞതാണെന്ന് ജിബ്രാൻ എന്നെ ഓർമ്മപ്പെടുത്തി. ഒപ്പം നടക്കുമ്പോൾ മുകളിലേക്കു നോക്കി ഉച്ചത്തിൽ അട്ടഹസിച്ചും കാൽക്കീഴിലെ മണലുകളിൽ കണ്ണീരിറ്റിച്ച് ഉറവ തീർത്തും പല വഴികളിലൂടെ ഒഴുകി അരുവികൾ പുഴയിലേക്ക് ചേരുമ്പോൾ കടലിൽ മാത്രമാണ് അവസാനത്തെ അഭയസ്ഥാനമെന്നതിലൂടെ പറയാതെ പറയുന്നത് ദൈവത്തെക്കുറിച്ചാണ്.

ദുഃഖവും സന്തോഷങ്ങളും സ്വപ്നങ്ങളും ആഗ്രഹങ്ങളുമാണ് അരുവികൾ. ഇതെല്ലാം ചേർന്ന് മനുഷ്യനെന്ന പുഴയോടൊപ്പം ഒഴുകി അചഞ്ചലനും നാശമില്ലാത്തതുമായ ദൈവത്തോട് ചേരുന്നു. ജനനവും മരണവുമെന്ന യാത്രയ്ക്കിടയിൽ കിട്ടുന്ന ഒരു സത്രമാണ് ജീവിതം. ചിലർ മനോഹരമായ മാർബിളിൽ തീർത്ത സങ്കേതങ്ങളിലും മറ്റു ചിലർ ഓലയോ മറ്റ് പുൽച്ചെടികളോ ചേർത്തുകെട്ടിയ സങ്കേതങ്ങളിലും വിശ്രമം തരപ്പെടുത്തുന്നു. പലപ്പോഴും രണ്ട് വിഭാഗങ്ങളിലുമിത് വെച്ചു മാറപ്പെടുകയും ചെയ്യുന്നു. വാചാലമായ മൗനം കൊണ്ട് ലെബനനിലെ കാറ്റിനെപ്പോലും ചരിത്രവും മിത്തുകളും ഇഴപിരിയാതെ ചേർത്ത പട്ടമാക്കി പ്രണയത്തിന്റെ സ്വതന്ത്രമായ ആകാശങ്ങളിലേക്ക് പിടിച്ചു നടത്തിക്കുന്നുണ്ട് ജിബ്രാൻ.

പ്രണയമെന്നത് ആത്മാവ് ചേരുമ്പോൾ മാത്രം പൂർണ്ണമാവുന്നതാണെന്ന് ഓർമ്മിപ്പിക്കുന്നു. അന്ധനിലൂടെയും വിരൂപകയിലൂടെയും എഴുപതുകാരിയെ പ്രണയിച്ച യുവാവിലൂടെയും യാത്ര തുടർന്നു. ഇനിയും യാത്ര പൂർണ്ണമായില്ല. മുന്തിരിത്തോപ്പുകൾക്കപ്പുറത്തെ കുന്നിൻചെരുവിലെ പ്രണയിനിയുടെ കഥ കേൾക്കാനുണ്ട്

പ്രിയപ്പെട്ട ജിബ്രാനിലൂടെ... ആത്മാവിൽ ഉന്മാദത്തിന്റെ ചെറിപ്പൂക്കൾ പൂവിടുന്നു. നക്ഷത്രങ്ങൾ കാവൽ നിൽക്കുന്ന പ്രണയത്തിന്റെ സ്വർഗ്ഗത്തിലേക്ക് മരുഭൂവിൽ നിന്നും മഞ്ഞിന്റെ നേർത്ത ഗോവണി കയറി ചെല്ലണമിനിയും ദൂരമേറെയെങ്കിലും.

കേൾക്കാനുണ്ട് പ്രിയപ്പെട്ട ജിബ്രാനിലൂടെ... ആത്മാവിൽ ഉന്മാദത്തിന്റെ ചെറിപ്പൂക്കൾ പൂവിടുന്നു. നക്ഷത്രങ്ങൾ കാവൽ നിൽക്കുന്ന പ്രണയത്തിന്റെ കുഴിമാടത്തിനരികിലേക്ക് അദ്ദേഹമെന്നെ കൊണ്ടുപോയി.

അടുത്തടുത്തിരിക്കുന്ന രണ്ട് കുഴിമാടങ്ങളിൽ ഒന്നിനെ പൊതിഞ്ഞുയരുന്ന അതിലോലമായ പുകച്ചുരുളുകൾക്കുള്ളിൽനിന്നും അമൂല്യമായ ഏതോ രത്നം കണക്കെ തിളങ്ങുന്ന രണ്ട് കണ്ണുകളെ സുവ്യക്തമായെനിക്ക് ദർശിക്കാനാവുന്നുണ്ട്. ജിബ്രാന്റെ പ്രണയിനി സൽമാ എഫന്ദിയുടെ കബറിടമായിരുന്നതെന്ന് തിരിച്ചറിയാൻ അതുമാത്രം മതിയായിരുന്നു. മറ്റൊന്നിനും അത്രമേൽ ആഴത്തിലും പരപ്പിലും പ്രണയത്തെ അടയാളപ്പെടുത്താനാവില്ല. പച്ചവിരിപ്പിട്ട ഭൂമിയുടെ മുകളിൽ തൊങ്ങലുകൾ ചാർത്തിയതുപോലുള്ള നിസാൻ പുഷ്പങ്ങളും മുന്തിരിവള്ളികളും പൈൻമരങ്ങളും പ്രകൃതിയെ കൂടുതൽ സുന്ദരിയാക്കിയ നീണ്ട പുൽമേടുകൾ പിന്നിട്ട് ജിബ്രാൻ ആദ്യമായി സൽമയെ കണ്ട ഭവനത്തിലേക്ക് ഞാനും കയറിച്ചെന്നു. വൃദ്ധനായ ഫാരിസ് എഫന്ദി അവിടെ എന്നെ പുഞ്ചിരിച്ചുകൊണ്ട് സ്വീകരിച്ചു.

കൊട്ടാരസമാനമായ ആ വീടിന്റെ ഉൾത്തളത്തിലേക്ക് നടക്കുമ്പോൾ സൽമയെ ജിബ്രാൻ ആദ്യമായി കണ്ട വെൽവെറ്റ് തിരശ്ശീലയ്ക്കു പിന്നിലേക്ക് ഞാൻ നോക്കി. അവരുടെ പ്രണയത്തിന്റെ ആദ്യ ദർശനത്തിൽ കണ്ട അതേ തൂവെള്ള വസ്ത്രത്തിൽ മഞ്ഞുകണത്തേക്കാളും ആർദ്രമായി പുഞ്ചിരിച്ച്, ആത്മാവിൽ തൊടുന്ന മൗനത്തിന്റെ ഭാഷയിൽ ജിബ്രാന്റെ നയനങ്ങളിലേക്ക് സൽമയുടെ നോട്ടമിറങ്ങി. അദൃശ്യമായ ആത്മാവിന്റെ അന്തർലീനമായ ഒരു സ്പർശനമായിരുന്നു അത് എന്നിൽ തീർത്തത്.

പലജന്മങ്ങളിൽ ഒരേ നൂലിഴകളിലെ ഇഴപിരിയാത്ത സൂക്ഷ്മമായ നാരുകളെപ്പോലെ. പ്രണയം അതിനേക്കാളേറെ സൂക്ഷ്മമാണ്, ആത്മാവുകൊണ്ടാണ് തിരിച്ചറിയുന്നതെങ്കിൽ. ആദ്യ ദർശനത്തിനു ശേഷം തിരികെപോയെങ്കിലും മനസ്സിൽ ആകാശങ്ങൾക്കും കടലുകൾക്കും അളക്കാനാവാത്ത അത്രത്തോളം ആഴത്തിൽ സൽമയുടെ ആത്മാവ് ജിബ്രാനിൽ ചേർന്നിരിക്കും. പിതാവിന്റെ കൂട്ടുകാരന്റെ ഗൃഹസന്ദർശനങ്ങളിലൂടെ സൽമയിലേക്ക് ചേർത്തപ്പെട്ട ഒരാത്മാവായി മാറിയിരുന്നു ജിബ്രാൻ. രണ്ട് ശരീരങ്ങളുടെ നിയന്ത്രണത്തിലും അറിവിലുമില്ലാത്ത ആത്മാക്കളായെന്ന് പറയാം. ജാലകത്തിലൂടെ

പുറത്തെ കാഴ്ചകളിലേക്ക് കണ്ണുകളെ നാട്ടിനിർത്തുമ്പോഴും മറ്റേതോ ലോകത്തെ വിശിഷ്ടമായ ഒരു പുഷ്പം വിടർന്നു നിൽക്കുന്നതു പോലെയാണ് ദേവദാരു മരങ്ങളുടെ ദൈവികമായ പരിവേഷമപ്പോൾ അവളിലൂടെ പൂർത്തീകരിക്കപ്പെടുന്നത്. ഫാരിസ് എഫന്ദിയുടെ ക്ഷണം സ്വീകരിച്ച് അത്താഴത്തിനായി ചെല്ലുമ്പോൾ, ഉദ്യാനത്തിലെ മുല്ലവള്ളികൾക്കു ചാരെ തലചായ്ച്ച് ഇരിക്കുന്ന സൽമയുടെ അടുത്ത് ചെന്നിരുന്നപ്പോൾ സുനിൻ പർവ്വതത്തിന്റെ ഉച്ചിയിൽനിന്നും വരുന്ന ചന്ദ്രകിരണങ്ങൾ അവളുടെ സ്വർണ്ണത്തലമുടിയിൽ നിറങ്ങൾ തീർത്തിരുന്നെങ്കിലും മൗനമായ സംവാദനത്താൽ ഹൃദയമിടപ്പുകൾപോലും വാചാലമായുണ്ടവിടെ. തീൻമേശയിലെ മുന്തിരിവീഞ്ഞിൽ ചുണ്ടുകൾ മുട്ടുമ്പോൾ പരിത്യാഗമാവാൻ പോവുന്ന പ്രണയത്തിന്റെ രക്തമൂറി വീഴുകയായിരുന്നെന്ന് തിരിച്ചറിയുന്നത്, ബിഷപ്പിന്റെ പരിചാരകന്റെ രംഗപ്രവേശനത്തിലൂടെ രണ്ട് കടലുകൾക്കിടയിൽ അതിരുകൾ തിരിക്കാനെത്തിയ വലിയൊരു മഞ്ഞുമലയേക്കാളും തീവ്രമായിരുന്നത്. ബിഷപ്പിന്റെ പരിചാരകനൊപ്പം കുതിരവണ്ടിയിൽ കയറി പോവുന്നതിനു മുൻപ് സൽമയുടെ ഏകാന്തതയ്ക്ക് കൂട്ടായി നിൽക്കണമെന്ന് അപേക്ഷയുടെ സ്വരമായിരുന്നു ഫാരിസ് എഫന്ദിക്ക്. വൃദ്ധനായ പിതാവിന് മകളോടുള്ള വാത്സല്യവും സുഹൃത്തിന്റെ മകനോടുള്ള സ്വാതന്ത്ര്യവുമായിരുന്നു അത്.

കുതിരവണ്ടി പൈൻമരങ്ങളെ പിന്നിട്ട് കണ്ണിൽനിന്നും മറയുന്നതുവരെ വാതിലിനോടു ചേർന്ന് നിന്നിരുന്നവൾ, അൽപ്പനേരത്തെ മൗനത്തിനപ്പുറം ഉദ്യാനത്തിലേക്ക് ജിബ്രാനൊപ്പം ഇറങ്ങിച്ചെന്ന് നീലത്താരകങ്ങളെ സാക്ഷിയായി ആത്മപ്രണയത്തിന്റെ പ്രവൃത്തികൾ പങ്കുവെയ്ക്കപ്പെടുന്ന മനോഹര മുഹൂർത്തത്തെ വില്ലോ മരങ്ങളുടെ മനോഹാരിതയോ, നിസാൻ മാസത്തിന്റെ സൗന്ദര്യമോ ലില്ലിപ്പൂക്കളുടെ നിഷ്കളങ്കതയോ നിശയുടെ അഭൗമികമായ വിശാലതയെക്കുറിച്ചോ പറയുന്നതിനേക്കാൾ ആയിരം മടങ്ങ് അക്ഷരങ്ങളെ ചേർത്തുവേയ്ക്കേണ്ടി വരും.

പ്രണയം മറ്റൊരാളെ പറഞ്ഞു മനസ്സിലാക്കുക എന്നത് അസാധ്യമാണല്ലോ. എങ്കിലും അനുഭവിക്കാനാവും. മധുരമായ ശബ്ദത്തിൽ മൊഴിമുത്തുകൾ ഉതിർന്നു വീഴുമ്പോഴും അതിലോലമായ ജിബ്രാന്റെ തലമുടിയിൽ നീങ്ങുന്ന സൽമയുടെ വിരലുകൾപോലും പ്രണയത്തിന്റെ പ്രതിഫലനം തിരിച്ചറിയുന്നു. തിരികെ വന്ന എഫന്ദിയുടെ മുഖത്തെ ഭാവങ്ങൾക്ക് സന്തോഷത്തിന്റേയും ദുഃഖത്തിന്റേയുമല്ലാത്ത ഒരു തരം നിശ്ചലതയായിരുന്നു. സൽമയുടെ ഇരുചുമലുകളിലും കൈവെച്ച് നിൽക്കുന്ന വൃദ്ധനായ പിതാവിന് മകളോട് വിവാഹത്തിനൊരുങ്ങാൻ പറയുമ്പോൾ വാക്കുകൾ അശക്തമാവുന്നത് ഞാൻ കണ്ടു. ഒരു സമൂഹത്തിന്റെ ഭയപ്പെടലിന്റെയും എതിർപ്പിന്റെയും

വേലിക്കുള്ളിലകപ്പെടുന്ന നിസ്സഹായാവസ്ഥ വെളിവാകുന്നത് അവിടെയാണ്. തന്റെ മരുമകന്റെ ഭാര്യയായ് സൽമയെ അവരോധിക്കുന്നതിലൂടെ എഫന്ദിയുടെ സമ്പത്ത് തന്റെ അധീനതയിലേക്ക് ചേർക്കുക എന്ന കുടില ബുദ്ധിയാണ് ബിഷപ്പിന്റെ തീരുമാനം. ധൂർത്തനും ലഹരിക്കടമിയുമായ മൻസൂറുമായുള്ള വിവാഹത്തെ എതിർക്കാനുമാവില്ല. എതിർക്കപ്പെടുന്നവരെ പിഴച്ചവളും നീചയുമെന്ന് മുദ്രകുത്തപ്പെടും. മുറിച്ച് മാറ്റാനാവാത്ത പ്രണയം മനോഹരവും തീവ്രവുമാവുന്നത് വിരഹത്തിലൂടെയാണ്. പ്രസവാനന്തരം മരിച്ചുപോയ കുഞ്ഞിനെ തന്റെ നെഞ്ചോട് ചേർത്തുവെയ്ക്കാൻ അതീവ വേദനയോടെ ആവശ്യപ്പെടുമ്പോൾ കുഞ്ഞിന്റെ അരികിലേക്ക് താമസിയാതെ താനുമെത്തിപ്പെടുമെന്ന് സൽമയിലൊരു വെളിപാടുണ്ടായിരുന്നേക്കും...! രണ്ടാം ദിവസം വെളുത്ത വിവാഹവസ്ത്രമണിഞ്ഞ സൽമയേയും പട്ടിൽ പൊതിഞ്ഞ ആൺകുട്ടിയേയും ഒരേ കുഴിമാടത്തിലേക്ക് അടക്കുമ്പോഴും പ്രകടിപ്പിക്കപ്പെടാനാവാത്ത പ്രണയത്തിന്റെ അതിതീക്ഷ്ണമായ വേദനയാവും അവസാന സ്ഥാനക്കാരനായി അവിടെ നിന്നും ശരീരത്തെ മാത്രം വലിച്ചെടുത്ത് നടക്കാൻ പ്രേരിപ്പിച്ചത്. ഓരോ പ്രണയവും സ്വർഗ്ഗീയവും യാഥാർത്ഥ്യവുമാവുന്നത് ആത്മാവിനാൽ ജീവൻ നൽകപ്പെടുമ്പോഴാണ്. അനശ്വരമായതുമാണത്.

കുഴിമാടത്തിനരികെ ഒടിഞ്ഞ ചിറകുമായി ഇരിക്കുന്ന തിത്തിരിപ്പക്ഷിയായ് ഞാനവിടെ നിന്നു. ആ നിമിഷം സൽമയുടെ കുഴിമാടത്തിൽ നിന്നും ഒരു സ്ത്രീരൂപം എഴുന്നേറ്റ് എനിക്കരികിലെത്തി. അവളെന്റെ അടഞ്ഞുപോയ കണ്ണുകൾ തുറന്നു. വെളിച്ചത്തിന്റെ പാടയാണ് ഞാനാദ്യം കണ്ടത്. അതാവട്ടെ ഒട്ടും തെളിച്ചവുമില്ലായിരുന്നു. അപ്പോഴും അവളെന്നെ പുറത്തേക്ക് വലിച്ചെടുത്തു. കല്ലുവിതറുന്നതു കണക്കെയുള്ള മഴയിലേക്കായിരുന്നു ഞാനെത്തിയത്. ചാട്ടുളികണക്കെ ചിതറിവീണ മിന്നൽവെളിച്ചത്തിൽ ഒരു തവണ മാത്രം ഞാനവളെ കണ്ടു. ലീനയായിരുന്നു അത്.

ഞാനെന്തോ പറയാൻ തുനിയുമ്പോൾ അവളാ മഴയിലേക്കിറങ്ങി നടന്നു. അത്ര നേരവും കണ്ടത് സ്വപ്നമായിരുന്നെന്നോ അതോ എന്റെ തോന്നലുകളാണെന്നൊ അറിയില്ല. മുറിക്കകത്തായിരുന്ന ഞാൻ അപ്പോൾ മുറ്റത്ത് മഴ നനയുകയായിരുന്നു... നനഞ്ഞുകൊണ്ടു തന്നെ അകത്തേക്കു കയറി. മുറിയിലപ്പോൾ മീൻനാറ്റമായിരുന്നു. മാത്രവുമല്ല എന്റെ കട്ടിലിൽ ഇരുന്നൊരാൾ മീൻ വെട്ടുകയായിരുന്നു. പൊതുവാളും ലീനയുടെ അച്ഛയും ഓഫീസിലെ പെൺകുട്ടിയും അയാളെ നോക്കിനിൽക്കുകയായിരുന്നു. മുറിയിലേക്ക് കയറിവന്ന എന്നെ അവരാരും കണ്ടതായി നടിച്ചില്ല. എന്റെ മുറിയിൽപോലും

അന്യനാക്കപ്പെടുകയും ഉപേക്ഷിക്കപ്പെടുകയും ചെയ്തത് അഗാധ മായ ദുഃഖം നൽകി. അപമാനത്താൽ ഞാൻ ക്രുദ്ധനായി. അവരെ നാലു പേരേയും ആക്രമിച്ചു. പക്ഷേ പരാജയപ്പെട്ടെന്നു മാത്രമല്ല, അവരുടെ പരിഹാസങ്ങൾ ഏൽക്കേണ്ടിയും വന്നു. മരിക്കണമെന്ന ചിന്ത വീണ്ടും ശക്തമായി. അനിയന്ത്രിതമായി നെഞ്ചിടിപ്പുയർന്നു, ആ മഴയത്തും വിയർത്തൊലിച്ചു. ശരീരം തളർന്നു. ഒരടി പോലും മു ന്നോട്ടു വെയ്ക്കാൻ കഴിയാതെ നിലത്തേക്കിരുന്നു. കണ്ണിൽ ഇരുട്ടു കയറിത്തുടങ്ങി. പൊടുന്നനെ എന്നെയാരോ എടുത്തു കൊണ്ടു പോവുന്നതുപോലെ ഭാരമില്ലായ്മ അനുഭവിച്ചു.

പുസ്തകശാലയിലാണ് ആ യാത്ര അവസാനിച്ചത്. പുറത്ത പ്പോഴും മഴ പെയ്യുന്നുണ്ടായിരുന്നു. എങ്ങും ഇരുളായിരുന്നവിടെ. പുസ്തകങ്ങളുടെ വിയർപ്പു മണമാണ് പുസ്തകശാല തന്നെയാ ണതെന്ന് ഉറപ്പിക്കാൻ കാരണം. ഇരുൾ വിഴുങ്ങിയ അവിടെ നിൽക്കു മ്പോൾ കാൽക്കീഴിലൂടെ കൂറകളും പാറ്റകളും ഓടിനടന്നു. രാത്രി അവരുടെ സങ്കേതമാണെന്ന് ഓർമ്മപ്പെടുത്തിയതാവും. ദേഹത്തിന്റെ തളർച്ചയ്ക്കൊപ്പം ദാഹവും കടുത്തു. ചുണ്ടുകൾ വരണ്ടുണങ്ങി. നിലത്തിരുന്ന് കിനിഞ്ഞിറങ്ങിയ മഴവെള്ളം കോരിക്കുടിച്ചു. എത്ര കുടിച്ചിട്ടും ദാഹത്തിന് ശമനമുണ്ടായില്ല. ഇരുന്ന് കാൽ കഴച്ചപ്പോൾ പുസ്തകങ്ങൾ നിരത്തിവെച്ച മേശയിൽ പിടിച്ച് എഴുന്നേറ്റു. അപ്പോൾ കൈ തട്ടി വീണ പുസ്തകത്തിൽനിന്നും എനിക്കു നേർക്ക് ഒരു രൂപം എഴുന്നേറ്റു വന്നു. പരിചയമുള്ള എന്നാൽ ഓർത്തെടുക്കാൻ കഴി യുന്നില്ലായിരുന്നു, അയഞ്ഞതും മുട്ടിൻ താഴേക്ക് നീണ്ടുനിൽക്കുന്ന വസ്ത്രമണിഞ്ഞ അവരുടെ കൈയിലൊരു പുസ്തകമുണ്ടായിരുന്നു. നനഞ്ഞു കുതിർന്ന് താളുകൾ അഴുകിയ ആ പുസ്തകം അവരെ നിക്കു നേർക്ക് നീട്ടി. അപ്പോഴാണ് രണ്ടു ദിവസം എന്നെ പൊലീസ് സ്റ്റേഷനിൽ ഇരുത്താൻ കാരണക്കാരിയായ സ്ത്രീ ആയിരുന്നതെന്ന് മനസ്സിലായത്.

മീനുകൾ തിന്നു തീർത്ത് വികൃതമായ ചുണ്ടുകളും കൺപോള കളും അതേപോലെ തന്നെയുണ്ടായിരുന്നു. ഭാസ്കരപ്പൊതുവാളിന്റെ കഥയിലെ അന്നകരിനീന തന്നെയാണോ അവരെന്ന് ഒരു നിമിഷം ചിന്തിച്ചു. പക്ഷേ മീൻവെട്ടുകാരന്റെ കാമുകി ആയിരുന്ന അവളെ ഞാൻ നേരിട്ട് കണ്ടതാണ്. രണ്ടും ഒരാളാണെന്ന് ഉറപ്പിക്കാൻ കഴി യുന്നുമില്ല. പുസ്തകശാലയിലെ ജോലിക്കാരി ആയിരുന്നെങ്കിൽ പൊലീസുകാരോ ലീനയോ അതിനെക്കുറിച്ച് സൂചിപ്പിക്കുമായി രുന്നു. അതുണ്ടായിട്ടില്ല. ആശ്ചര്യത്തോടെ നോക്കിനിൽക്കെ അന്ന സംസാരിക്കാൻ തുടങ്ങി. മറ്റാരുമില്ലാത്ത അവിടെ എന്നോടു തന്നെ യാണവർ സംസാരിച്ചിരുന്നത്. അല്ലെങ്കിൽ അവർ പറയുന്നത് കേൾക്കാൻ ഞാൻ മാത്രമേ ഉണ്ടായിരുന്നുള്ളൂ.

അന്ന പറഞ്ഞ കഥ

മരിക്കാൻ ഒട്ടും ഇഷ്ടമില്ലായിരുന്നു. പക്ഷേ കുറച്ചു ദിവസമായി മരിച്ചേ പറ്റത്തുള്ളൂ എന്നായി. അത് പറയുന്നതിനു മുൻപ് താനെന്നെ മുഴുവനായി കേൾക്കണം. എല്ലാ മഴക്കാലത്തും ഒട്ടും മാറിനിൽക്കാൻ പറ്റാത്തൊരു ജോലി കിട്ടും. ജോലിയെന്നു പറഞ്ഞാൽ ആരുമില്ലാത്തവരെ നോക്കുന്നതാണ്. സത്യത്തിൽ എല്ലാവരും ഉണ്ടായിട്ടും ആരുമില്ലാതായവരാണത്. അവസാനമായി നോക്കിയത് കഴിഞ്ഞ ആഴ്ച കർത്താവിന്റെ അടുക്കലേക്കു പോയ റാഹേലിനെയാണ്.

മക്കളൊക്കെ അങ്ങ് പുറംരാജ്യങ്ങളിലായപ്പോൾ അമ്മച്ചി ഒറ്റയ്ക്കായി. ആവതുള്ള കാലത്ത് അതിറ്റുങ്ങളെക്കൂടെ അമ്മച്ചീം പല രാജ്യത്തും പോയിട്ടുണ്ടായിരുന്നു. അമ്മച്ചീടെ തന്നെ രീതിയിൽ പറയാണേൽ ഒരാൾക്ക് മടുക്കുമ്പോൾ അടുത്ത ആളെ അടുത്തേക്ക് വിസയെടുത്ത് കേറ്റിവിടും. അഞ്ചെട്ടു കൊല്ലം കഴിഞ്ഞപ്പോൾ അമ്മച്ചിക്കത് മടുത്തു. നാട്ടിലൊരു വീടു വെച്ച് ഒറ്റയ്ക്ക് കൂടി. മക്കളിലൊരുത്തന്റേം സഹായമില്ലാതെയാണ് സ്ഥലം വാങ്ങീതും വീടു വെച്ചതും. മുപ്പത്തഞ്ചു കൊല്ലം പല പല ആശുപത്രീൽ രാവും പകലും കെടന്ന് പണിയെടുത്ത പൈസ ഉണ്ടായിരുന്നു.

അക്കാര്യത്തിൽ അമ്മച്ചി ബുദ്ധി കാണിച്ചു. മക്കളെ നോക്കി വലുതാക്കുമ്പോഴും തനിക്കുള്ളത് മാറ്റിവെയ്ക്കാൻ കാണിച്ച ധൈര്യമാണ് പലർക്കുമില്ലാത്തത്, എനിക്കും. അല്ലേൽ ചാവുന്ന നേരത്ത് ഒന്നുമില്ലാതാവില്ലല്ലോ? ഇരുപതാം വയസ്സീ തുടങ്ങീതാണ് ജോലി. എന്നിട്ടെന്നതാ സമ്പാദ്യം എന്നു ചോദിച്ചാൽ സ്വന്തമായി ഒന്നുമില്ല. ഒരു വീടു വെച്ചിട്ടുണ്ട്. അതൊറ്റയ്ക്കല്ല, അതിയാനും കൂടെ കഷ്ടപ്പെട്ടിട്ടുണ്ട്. എന്നിട്ടെന്താ അതിയാനൊരു ദിവസം ഞങ്ങളാരോടും പറയാതെ ഒരു പോക്കു പോയി. നാലിന്റന്നാണ് മോർച്ചറീന്ന് അതിയാനാണതെന്ന് തിരിച്ചറിയാൻ പറ്റിയത്. അതും ഞാൻതന്നെ ചെന്നാണ് ഉറപ്പിച്ചത്. ഓ, അതൊന്നും പറഞ്ഞിട്ട് കാര്യമില്ലിനി. റാഹേലമ്മച്ചിയും ആത്മഹത്യ ചെയ്തതാണ്. മൂന്നു കൊല്ലമായിട്ട് നെഴൽപോലെ കൂടെ

നിന്നിട്ടും എന്നോട് കമാന്നൊരക്ഷരം അതിനെക്കുറിച്ചു മാത്രം പറഞ്ഞില്ല. ഇക്കാലത്തിനിടയ്ക്ക് എന്തോരം പുസ്തകങ്ങളാണ് അമ്മച്ചി വായിച്ചതെന്നറിയോ? അമ്മച്ചീടെ കൂടെക്കൂടിയതിനു ശേഷമാണ് ഞാനും പുസ്തകങ്ങൾ വായിക്കാൻ തുടങ്ങീത്. ഇംഗ്ലീഷ് പുസ്തകങ്ങളാണ് അമ്മച്ചി അധികവും വായിച്ചത്. എനിക്കാണേൽ അത് ശരിയാവത്തില്ല. ആദ്യമാദ്യം അമ്മച്ചി വായിച്ചത് ഒരു കഥ പോലെ പറഞ്ഞുതരുമായിരുന്നു. ആയിടയ്ക്ക് വീട് തൂത്തുവാരു മ്പോൾ ഒന്നു രണ്ടു മലയാളം പുസ്തകങ്ങൾ കിട്ടി. പുസ്തകങ്ങ ളെന്നു പറയാൻ പറ്റത്തില്ല. മാഗസിനായിരുന്നത്.

ഒരു ഭാസ്കരപ്പൊതുവാൾ എഴുതിയ കഥയാണ് എനിക്കതിൽ ഇഷ്ടമായത്. അന്നാ കരിനീനയെന്ന പേരാണ് അതിനോട് ഇഷ്ടം കൂടാൻ കാരണമായത്. ഞാനത് അമ്മച്ചിയോട് പറഞ്ഞപ്പോൾ അവർ ചിരിച്ചു. എന്നിട്ട് ദസ്തയെവ്സ്കിയുടെയും അന്നയുടെയും കഥ പറഞ്ഞുതന്നു. ഞാനതുകേട്ട് ആ രാത്രി മുഴുവൻ എന്തിനെന്നില്ലാതെ കരഞ്ഞു. പിറ്റേദിവസം ഡോക്ടറെ കാണാൻ പോയി മടങ്ങിവരുമ്പോൾ ഞങ്ങൾ ഈ പുസ്തകക്കടയിൽ കയറി. അമ്മച്ചിയവിടത്തെ സ്ഥിരം ആളായിരുന്നു.

റാഹേലമ്മച്ചീന്നും പറഞ്ഞ് ഉടമസ്ഥൻ അമ്മച്ചിയെ സ്വീകരിച്ചു. അയാളിരിക്കുന്നതിന് അടുത്തുതന്നെ അമ്മച്ചിക്ക് ഇരിക്കാനുള്ള കസേരയിട്ടു. അന്തംവിട്ടുനിന്ന എന്നോട് ആവശ്യമുള്ള പുസ്തക ങ്ങൾ എടുക്കാൻ പറഞ്ഞു. പറയുക മാത്രമല്ല മലയാളം പുസ്തക ങ്ങൾ വെച്ച തട്ട് കാണിച്ചുതരികയും ചെയ്തു. ദസ്തയെവ്സ്കി യെത്തന്നെയാണ് ഞാൻ തിരഞ്ഞത്. കൂട്ടത്തിൽ ബഷീറിന്റെ പുസ്ത കങ്ങളും വാങ്ങിച്ചു, അമ്മച്ചി പതിവുപോലെ ഇംഗ്ലീഷ് പുസ്തക ങ്ങൾ തന്നെയാണ് എടുത്തത്. തിരിച്ചുവരുമ്പോൾ അമ്മച്ചീടെ വട്ട് തനിക്കും തുടങ്ങിയോന്ന് ഡ്രൈവർ കളിയാക്കിയിരുന്നു. അവന ങ്ങിനാണ്. വായിക്കത്തേയില്ല. ചൂണ്ടയിടലും ഊത്തപിടിത്തവുമാണ് ഏതുനേരത്തും അവന്റെ ചിന്ത.

ഇടയ്ക്ക് ഞാനോർക്കാറുണ്ട്, അവനൊരു ജലജീവിയാണെന്ന്. കടലും പുഴയും തോടും പാടവുമാണ് അവന്റെ ജീവിതം. അതു കൊണ്ടാവും ക്ഷമയുടെ കാര്യത്തിൽ അവൻ മുന്നിലായിരുന്നത്. പക്ഷേ ഒരു ദിവസം ഡാമിലേക്കവൻ ഊളിയിട്ടുപോയി. രാത്രി മീൻ പിടിക്കാൻ പോയതായിരുന്നു. മാനം പൊട്ടിവീഴുന്നത്ര മഴയുള്ളൊരു ദിവസമായിരുന്നത്. കാറിന്റെ പിന്നിലെപ്പോഴും ഒരു കൂട്ടം ചൂണ്ട ക്കൊളുത്തുകളും ഒരു ടോർച്ചും കാണും. സെക്യൂരിറ്റിക്കാർ കാണാതെ ഡാമിലേക്കെത്താൻ ഒരു കാട്ടുവഴിയിലൂടെയാണ് ചെല്ലാറുള്ളത്. അതേ വഴിയിലൂടെയാണ് ഞങ്ങളേയും കൊണ്ടുപോയത്. പുസ്തകം

വാങ്ങി വരുന്നന്ന് അമ്മച്ചിയോടും എന്നോടുമവൻ ആ വഴിയെപ്പറ്റി പറഞ്ഞിരുന്നു. ചുറ്റോടുചുറ്റും മരങ്ങളായിരുന്നു അവിടെ. ഡാമിലേക്കി റങ്ങി നിൽക്കുന്ന വലിയൊരു ആൽമരം കാണിച്ച് അതിലിരുന്നാൽ മീനുകൾ വരുന്നതും പോവുന്നതും കാണാൻ പറ്റുമെന്നവൻ പറഞ്ഞി രുന്നു. മീനുകൾക്കും മനുഷ്യരെക്കൂട്ട് സന്തോഷോം സങ്കടോം ഉണ്ടെന്ന് അവൻ പറഞ്ഞപ്പോൾ അമ്മച്ചിയത് സമ്മതിച്ചു. ഞാന പ്പോഴും ചിരിച്ചതാണ്. അപ്പോഴവൻ പാടത്ത് പാറ്റാൻ വരുന്ന മീനു കളെക്കുറിച്ച് പറഞ്ഞു. പുതുമഴ കഴിഞ്ഞുള്ള മഴയത്താണ് അവർ വരുന്നതെന്നും പാടങ്ങളിലെല്ലാം പാറ്റിയേച്ചും അതിറ്റുങ്ങൾ പോവും, കുഞ്ഞുങ്ങളാവട്ടെ സ്വയം വലുതായിക്കോണം, വലുതാവൽ എളുപ്പ മാണ്. പക്ഷേ വലക്കാരെ കൈയീന്ന് രക്ഷപ്പെടുന്നവന്മാരേ പുഴ കാണത്തുള്ളൂ. ഒരിക്കലെങ്കിലും പുഴ കാണാത്ത മീനിന് ഒട്ടും രു ചികാണത്തില്ലന്നാണ് അയാൾ പറയാറുള്ളത്. അനുഭവങ്ങളില്ലാത്ത മനുഷ്യരും അതുകണക്ക് തന്നെയാണ്. അതുകൊണ്ടു തന്നെ ചെറിയ മീനുകളെ അയാൾ പിടിക്കാറുമില്ല. നിറയെ മരങ്ങളുള്ള ആ സ്ഥലം എനിക്കും വല്ലാതെ ഇഷ്ടമായി.

ഡാമിലേക്ക് ചാഞ്ഞു നിൽക്കുന്ന മരത്തിലെ കായ്കൾ പഴുത്തു തുടങ്ങിയിരുന്നു. പക്ഷേ ഉയരത്തിൽ ആയതുകൊണ്ട് പറിക്കാൻ പറ്റത്തില്ലായിരുന്നു. അതും കഴിഞ്ഞുള്ള നാലാമത്തെ ദിവസമാണ് അവനെ കാണാതായത്. ആ നാലു ദിവസവും ആകാശം തറി നെയ്യുന്നതു പോലെ മഴയായിരുന്നു. ഒരു നിമിഷംപോലും മഴ മാറി നിന്നിരുന്നില്ല. പാടത്തും ആറ്റിലുമെല്ലാം വെള്ളം കയറിയിരുന്നു. ചൂളൻമലയിൽ ഉരുൾപൊട്ടിയെന്ന് കേട്ടിരുന്നു. മനുഷ്യരാരും അവിടെ ഇല്ലാത്തതുകൊണ്ട് വലിയ വാർത്തയൊന്നും വന്നില്ല. പക്ഷേ ഡാമി ലേക്ക് പലതും ഒലിച്ചു വന്നു. പാമ്പും കുരങ്ങും മയിലുമെല്ലാം കരയ്ക്കടിഞ്ഞു. അന്നു കാടിറങ്ങി വന്ന മൂന്നു മയിലുകൾ പിന്നെ യൊരിക്കലും കാടു കയറിയിട്ടുമില്ല. റാഹേലമ്മച്ചിയുടെ വീട്ടിലേ ക്കെത്തിയ അതിറ്റുങ്ങൾ അമ്മച്ചിയുമായി കൂട്ടായിരുന്നു. മരിക്കു വോളം അമ്മച്ചി മയിലുകളെ ഊട്ടിയിട്ടുമുണ്ട്. അമ്മച്ചി മരിച്ചന്ന് മയിലുകൾ എവിടെ നിന്നും ഒന്നും കഴിച്ചിരുന്നില്ല. ഒരേ ഇരിപ്പായി രുന്നവര് മൂന്നു പേരും.

പറഞ്ഞു പറഞ്ഞു ഞാൻ തന്നെ മുഷിപ്പിക്കുന്നുണ്ടോ? ഞാനി ങ്ങനെയാണ്. നാലാമത്തെ ദിവസം ഡാമിന്റെ വയറു വീർത്തപ്പോൾ ഷട്ടർ തുറന്നുവിട്ടു. ആറെണ്ണത്തിൽ മൂന്നും മുഴുവനായി തുറന്നി രുന്നു. ഷട്ടർ തുറക്കുന്നതറിഞ്ഞ് കുറെപ്പേര് മീൻ പിടിക്കാൻ നിന്നി രുന്നു. പക്ഷേ അവർക്കിടയിലേക്ക് ചീഞ്ഞു വീർത്ത്, മീനുകൾ തിന്നു പാതിയാക്കിയ അയാളാണ് വന്നത്. ഏകദേശം താനിപ്പോ കാണുന്ന

എന്നെപ്പോലെ തന്നെ. തനിക്കെന്നെ കാണുമ്പോഴുള്ള ഒരു അറപ്പില്ലേ? അന്നെനിക്കും അതുണ്ടായിരുന്നു. ആർക്കും അടുത്തേക്ക് പോവാൻ പറ്റാത്ത നാറ്റവുമായിരുന്നു. തനിക്കെന്നെ നാറുന്നുണ്ടാവുമല്ലേ? ഉണ്ടാവും. വെള്ളം കുടിച്ചുള്ള മരണം തീരെ വേദനയുണ്ടാവില്ലെന്നാണ് കരുതിയത്, എന്നാലതങ്ങനെയല്ല. അക്കാര്യം വഴിയെ പറയാം.

ഡാമിൽ വീണ് അയാൾ പോയതു മുതൽ എനിക്കെന്തോ മരണത്തോട് വല്ലാത്തൊരു ഇഷ്ടം തോന്നിത്തുടങ്ങി. ഇഷ്ടമെന്നു പറഞ്ഞാൽ അതൊട്ടും ശരിയാവത്തില്ല. ചിലരെ ചേർത്തുനിർത്താൻ തോന്നില്ലേ. അതു കണക്കാണ് എനിക്കയാളെ മരണത്തീ തോന്നിയത്. പക്ഷേ അതെങ്ങനെ ചെയ്യുമെന്നതിൽ ഒരെത്തുംപിടീം കിട്ടിയില്ല. ആയിടയ്ക്കാണ് സിൽവിയ പ്ലാത്തിനെ വായിച്ചത്. കൈയിലുള്ള പുസ്തകങ്ങളെല്ലാം വായിച്ചു തീരുകയും എന്തെങ്കിലും വായിച്ചില്ലേൽ ശ്വാസംമുട്ടുകയും ചെയ്യുമെന്ന അവസ്ഥയിലാണ് അമ്മച്ചിയുടെ കട്ടിലിൽ അലസമായി കിടന്ന ആ പുസ്തകം എടുത്തത്. അന്നു രാത്രി തന്നെ അത് മുഴുവനും വായിച്ചു തീർത്തു. പിറ്റേദിവസം അമ്മച്ചിയോടത് പറഞ്ഞപ്പോൾ അവർക്ക് വലിയ സന്തോഷമായി. ഒന്നു രണ്ടു പുസ്തകങ്ങൾ കൂടി തന്നു.

മഴക്കാറ് മൂടി ആകാശോം ഭൂമീം വല്ലാത്തൊരു നിശ്ശബ്ദതയിൽ ആയിരുന്നന്ന്. അമ്മച്ചിക്ക് അങ്ങനുള്ള ദിവസങ്ങൾ വല്ലാത്ത സന്തോഷമാണ്. സന്തോഷം വരുമ്പോൾ മാത്രമേ അമ്മച്ചി പിയാനോ വായിക്കാറുള്ളൂ. അന്നമ്മച്ചി വായിച്ചത് ബോബ് മാർഷിന്റെ ഏതോ ഒരു പാട്ടായിരുന്നു. വാ പൊളിച്ചു നിന്ന എന്നോട് ബോബ് മാർലിന്റെ പാട്ടാണെന്ന് പറഞ്ഞു തന്നതും അവർ തന്നെയാണ്. മരിച്ചടക്കിന് ആ പാട്ട് വായിക്കാൻ ആളെ ഏർപ്പാടാക്കണമെന്ന് അമ്മച്ചി തമാശ പറഞ്ഞതെന്നാണ് കരുതീത്. പക്ഷേ അങ്ങനല്ലായിരുന്നു, അമ്മച്ചിയുടെ ആത്മഹത്യാക്കുറിപ്പിൽ അതെഴുതി വെച്ചിരുന്നു. മൂന്നാഴ്ച കഴിഞ്ഞപ്പോൾ അമ്മച്ചിയെ കിടത്തിയ മുറീൽ വെച്ച് പള്ളീലെ ക്വയറ് പാടുന്നവരെ കൂട്ടത്തിലുള്ള ലൂതർ അമ്മച്ചീടെ പിയാനോയിൽ അതേ പാട്ട് വായിക്കുമ്പോൾ അമ്മച്ചി ചിരിക്കുന്നത് ഞാൻ മാത്രമേ കണ്ടിരുന്നുള്ളൂ. അവനുമത് കണ്ടെന്ന് എനിക്കിപ്പോൾ സംശയമുണ്ട്.

അമ്മച്ചി എങ്ങിനാണ് മരിച്ചതെന്നാവുമല്ലേ താനിപ്പോൾ ഓർക്കുന്നത്? പറയാം. കിഴക്കൻ മഴ മുടി അഴിച്ചിട്ട് ഓടിനടന്ന ദിവസത്തെ രാത്രീലായിരുന്നത്. ഞാനന്ന് വീട്ടീ പോയതായിരുന്നു. പെട്ടെന്ന് വരാമെന്നു കരുതിയാണ് പോയത്. പക്ഷേ മഴയതിന് സമ്മതിച്ചില്ല. ഫോൺ വിളിച്ച് നാളെ രാവിലെ നേരത്തെ വന്നാ മതീന്ന്

അമ്മച്ചിയും പറഞ്ഞിരുന്നു. അതെന്നെ ഒഴിവാക്കാനുള്ള അമ്മച്ചീടെ തന്ത്രമായിരുന്നു. ഒറ്റയ്ക്ക് മരിക്കാനുള്ള തന്ത്രം. അതിലെനിക്ക് അമ്മച്ചിയോട് ഇച്ചരെ ദേഷ്യമൊണ്ട്. പിറ്റേദിവസം പുലർച്ചെ നാലേ കാലിനുള്ള സ്റ്റേറ്റ് ബസിൽ കയറി ഞാനെത്തുമ്പോൾ അവിടെ യാകെ മരണത്തിന്റെ മണമായിരുന്നു. വീടിനു ചുറ്റിലും മാത്രമൊരു കാറ്റടിക്കുന്നുണ്ടായിരുന്നു. ബസ്സിറങ്ങി നടക്കുമ്പോഴേ എനിക്കെന്തോ വല്ലാത്തൊരു കിതപ്പുണ്ടായിരുന്നു. മയിലുകളും അവിടെയിരുന്ന് കരയുന്നുണ്ടായിരുന്നു. ആകെക്കൂടെ എന്തോ പന്തികേട്. മുറ്റത്തേ ക്കുള്ള ലൈറ്റ് പതിവില്ലാതെ മുനിഞ്ഞു കത്തുന്നുണ്ടായിരുന്നു, മാത്രമല്ല അതിനു ചുറ്റിലും കുറെ പ്രാണികൾ വട്ടംവെയ്ക്കുന്നു ണ്ടായിരുന്നു. വാലിനു നീളം കൂടുതലുള്ള അവയെ ഞാനാദ്യമായാണ് കണ്ടത്. അല്ലേലും നമ്മൾ കാണാത്തതാണ് ഈ ലോകത്ത് ഏറ്റവും കൂടുതലുള്ളത്. താനൊന്ന് നമ്മുടെ കാര്യംതന്നെ ആലോചിച്ചു നോക്കിയേ? ഞാനോ താനോ കരുതിയിരുന്നോ നമ്മളിങ്ങനെ കാണു മെന്ന്? ഉണ്ടാവത്തില്ല, വേറൊരു രസം താനെന്നെ കണ്ടെന്ന് പറ ഞ്ഞാൽ ആരും വിശ്വസിക്കില്ലെന്നതാണ്. മാത്രവുമല്ല തനിക്ക് വട്ടാ ണെന്ന് പറയുകയും ചെയ്യും. പക്ഷേ താൻ ഞങ്ങൾ നാലു പേരെ കാണുന്നുമുണ്ട്. ഞാൻ പിന്നെയും കാട് കയറിയല്ലേ? നേരത്തെ പറഞ്ഞതുപോലെ അതെന്റെ കുഴപ്പമാണ്. അമ്മച്ചിയെപ്പഴും ഇക്കാര്യം പറയും. ഒരു കാര്യം പറയുമ്പോൾ അതിനെടേൽ കൂടെ വേറെ കാര്യങ്ങൾ പറയുമെന്ന്. എന്നാലും അമ്മച്ചിയെന്നെ കേൾക്കും.

സാധാരണ പുലർച്ചെ എഴുന്നേറ്റ് പ്രാർത്ഥിക്കാനിരിക്കുന്നത് അമ്മച്ചിയുടെ പതിവായിരുന്നു. കുളിക്കാതെയാണ് ആ ഇരിപ്പ്. പ്രാർത്ഥനാന്ന് പറഞ്ഞാൽ അമ്മച്ചിക്ക് ഒത്തിരി നേരം നീണ്ടുനിൽ ക്കുന്ന ചടങ്ങാണ്. നമ്മളൊക്കെ പ്രാർത്ഥിക്കുന്നതു പോലെയല്ല അമ്മച്ചിയുടെ പ്രാർത്ഥന. കർത്താവിന്റെ മുന്നിൽ കസേരയിലിരുന്ന് കാൽ കാലിന്മേൽ കയറ്റി വെച്ച് കർത്താവുമായി സംസാരിക്കലാ ണത്. അമ്മച്ചീടെ അഭിപ്രായത്തിൽ കർത്താവെന്നാൽ പ്രണയമാണ്. അതുകൊണ്ട് അമ്മച്ചി കർത്താവിനോട് എല്ലാം പറയും. എല്ലാമെന്നു വെച്ചാൽ സന്തോഷവും സങ്കടവും തുടങ്ങി ലോകത്തുള്ള സകല കാര്യങ്ങളും. പക്ഷേ എന്നും കർത്താവിനോട് തെറ്റിപ്പിരിഞ്ഞ് വഴക്കു കൂടിയാണ് പ്രാർത്ഥന അവസാനിപ്പിക്കുക. അത് മിക്കപ്പോഴും ചെറിയ എന്തേലും കാര്യത്തിനാവും. അതായത് അമ്മച്ചി തലേന്ന് പറഞ്ഞ എന്തേലുമൊന്ന് നടക്കാതിരുന്നതിനാവും. അസുഖമായി കിടക്കുന്ന ആളുകളുടെ അസുഖം മാറ്റുന്നതു മുതൽ അമേരിക്കൻ പ്രസിഡന്റിനെ മാറ്റാൻ വരെയാണ് അമ്മച്ചിയുടെ ആവശ്യങ്ങൾ. പക്ഷേ ഒരിക്കൽ പോലും സ്വന്തം കാര്യം കർത്താവിനോട് പറയുന്നത്

ഞാൻ കേട്ടിട്ടില്ല. അതിനെക്കുറിച്ച് ചോദിച്ചപ്പോൾ അമ്മച്ചി പറഞ്ഞത് ഇങ്ങനെയാണ്.

''അന്നെ, എന്റെ കാര്യങ്ങൾ മുഴുവൻ അങ്ങേർക്ക് പറയാതെ തന്നെ അറിയാം, മാത്രവുമല്ല നമ്മളിങ്ങനെ സ്വന്തം കാര്യം മാത്രം ചിന്തിക്കുന്നതാണ് ലോകത്ത് സ്നേഹം ഇല്ലാതാവുന്നത്. ഒറ്റയ്ക്കൊരു മരം വളരത്തില്ല. ചുറ്റിലും മരങ്ങളുണ്ടാവുമ്പോഴെ അത് വളരത്തൊള്ളൂ. കൊടുത്തും വാങ്ങിയും തണലായും വേരുകളാൽ ചേർത്തുമത് കാടാവും.''

ലൈറ്റ് അണയ്ക്കാത്തത് കണ്ടതു മുതൽ എനിക്കെന്തോ പേടി തോന്നിയിരുന്നു. വാതിലു തുറന്ന് അകത്തേക്ക് കയറിയപ്പോൾ ഹാളിലെ മേശയിൽ ബൈബിൾ തുറന്ന് കിടക്കുന്നുണ്ടായിരുന്നു. അമ്മച്ചി ബൈബിൾ വായിക്കാത്തതാണ്. അതുകൂടെ കണ്ടപ്പോൾ കാലുകൾ തളർന്നുപോയി. അമ്മച്ചി കിടക്കുന്ന മുറിയിലേക്ക് എങ്ങനെയോ ഓടിക്കയറി. ജനാലയോട് ചേർത്തിട്ട കട്ടിലിൽനിന്നും അമ്മച്ചി നിലത്തു വീണുകിടക്കുകയായിരുന്നു. അടുത്തേക്കു ചെന്ന് അമ്മച്ചിയെ വിളിക്കാൻ തുനിഞ്ഞപ്പോഴാണ് കഴുത്തിലെ പ്ലാസ്റ്റിക് കയറിന്റെ കുരുക്കു കണ്ടത്. അതിന്റെ മറ്റേയറ്റം ജനാലയിലായിരുന്നു.

ആർത്തു വീശിയൊരു കാറ്റപ്പോൾ പുസ്തകശാലയ്ക്കുള്ളിലെ ചെറിയ ജനാലയെ പറിച്ചെറിഞ്ഞു, മഴ കൂടുതൽ ശക്തമായി. അന്നയാവട്ടെ പുസ്തകങ്ങൾ നിരത്തിവെച്ച മേശയിൽ മലർന്നു കിടന്നു. മീനുകൾ അവളുടെ ഉടലാകെ ചുംബിച്ചിരുന്നെന്ന് അപ്പോഴാണ് ഞാൻ കണ്ടത്. അവളുടെ ആ കിടപ്പിലെനിക്ക് അഗാധമായ ദുഃഖം തോന്നി. നിലത്ത് മുട്ടുകുത്തിയിരുന്ന് ഞാനവളുടെ കാൽപ്പാദങ്ങളിൽ ചുംബിക്കാൻ തുനിഞ്ഞു. അവളുടെ വേദനകൾക്ക് മറ്റൊന്നും നൽകാനില്ലെന്ന ബോധ്യം എന്നെക്കൊണ്ടത് ചെയ്യിച്ചതാണ്. പക്ഷേ അധരമവളെ തൊടുന്നതിനു മുൻപ് ഭാസ്കരപ്പൊതുവാൾ എന്നെ പിടിച്ചുമാറ്റി. അയാളവിടെ ഉണ്ടായിരുന്നെന്ന് ഞാനറിഞ്ഞതേയില്ലായിരുന്നു. അയാൾ മാത്രമായിരുന്നില്ല, മറ്റു മൂന്നു പേരുമവിടെ ഉണ്ടായിരുന്നു. ഭാസ്കരപ്പൊതുവാളെന്നെ പിടിച്ചു മാറ്റിയപ്പോൾ അവർ മൂന്നു പേരും എന്റെ ചുറ്റിലും വന്നു നിന്നു. നിലത്തിരുന്നുകൊണ്ടു തന്നെ ഞാനവരെ നോക്കി. മീൻവെട്ടുകാരൻ എനിക്കരികിലേക്ക് കുനിഞ്ഞിരുന്നു. അയാളുടെ കൈയിലെ മൂന്നു കത്തികളും ആ ഇരുട്ടിലും നെറ്റിക്കണ്ണൻ മീനിനെപ്പോലെ തിളങ്ങുന്നുണ്ടായിരുന്നു. അയാളെന്നേയും അന്നയേയും മാറിമാറി നോക്കി, അല്പനേരത്തിനുശേഷമയാൾ അന്നയുടെ കഥ പറയാൻ തുടങ്ങി.

മീൻ വെട്ടുകാരൻ പറഞ്ഞ അന്നയുടെ കഥ

കുളപ്പുള്ളി അമ്പലത്തിനടുത്താണ് അന്നയുടെ വീടെന്ന് തനിക്കറിയാമോ? അറിയില്ലായിരിക്കും, താനീ നാട്ടുകാരനല്ലല്ലോ, അവളീ പറഞ്ഞ അമ്മച്ചിയെ എനിക്ക് പരിചയമുണ്ട്. ഇവിടെയവര് വരാറുണ്ടായിരുന്നു. അവരെന്ന് പറഞ്ഞാൽ അമ്മച്ചീം അന്നയും, പിന്നെയാ ഡ്രൈവറും. പുറത്തെ പാലമരച്ചോട്ടിൽ ഫാത്തിമയെ കാത്തു നിൽക്കുമ്പോൾ ഇവിടെ വരുന്നവരെ മുഴുവൻ ഞാൻ നോക്കും. പ്രത്യേകിച്ചൊന്നുമുണ്ടായിട്ടല്ല. അവരെല്ലാംതന്നെ പലതരം മീനുകളായിട്ടാണ് എനിക്ക് തോന്നിയിരുന്നത്.

അമ്മച്ചിയെ കാണുമ്പോഴെല്ലാം കൊച്ചിക്കായലിന്റെ വടക്കു ഭാഗത്തു മാത്രം കാണുന്നൊരു മീനിനെയാണ് ഓർക്കാറുള്ളത്, സന്ന്യാസി മീനെന്നാണ് മീൻപിടുത്തക്കാരതിന് പറയുന്നത്. അതെന്താണെന്നു വെച്ചാൽ കണ്ണടച്ചു വെച്ച് ധ്യാനമിരിക്കുന്ന സന്ന്യാസിയെ പോലെയാണതിന്റെ മുഖം. നേർത്ത മുള്ളുകളാണതിന്. കായലിലെ പൂപ്പല് മാത്രമേ അത് കഴിക്കത്തുള്ളൂ. മറ്റുള്ള മീനുകളെയൊന്നുമത് ഉപദ്രവിക്കാറുമില്ല. മാത്രവുമല്ല രാത്രിയാവുമ്പോഴത് കായലിനു മേലേക്ക് പൊങ്ങിവരും. കണ്ണുകൾ മേൽപ്പോട്ട് വെച്ച് നിലാവിനെ നോക്കി നീന്തും. ആ സമയത്താണതിനെ പിടിക്കുന്നതും. ചെറിയ വല വെച്ചാലത് അതിനുള്ളിലോട്ട് കയറി വരും. അത്രയും പാവം മീനാണത്.

പിന്നെയാ ഡ്രൈവർ, വീതിയുള്ള അയാളെ നെഞ്ചും, കുനിഞ്ഞുള്ള നടപ്പും കാണുമ്പോൾ അയാളൊരു വാള മീനാണെനിക്ക്. മുതുകത്തെ വലിയ മുള്ള് മുറിച്ചുകഴിഞ്ഞാൽ തുറന്നു വെച്ചൊരു പുസ്തകത്തിന്റെ രൂപമാണതിന്. രാത്രികളിൽ സ്വയമൊരു മീനായി അയാളിക്കാണുന്ന കായല് മുഴുവൻ നീന്താറുണ്ടെന്ന് ഫാത്തിമയോട് ഞാൻ പറയാറുണ്ടായിരുന്നു. അതേ കണക്ക് തന്നെയായാണയാൾ

ഡാമില് വീണ് മരിച്ചതും. ഷട്ടറ് തുറക്കുന്ന ദിവസം മീൻ പിടിക്കാമെന്നു കരുതി ഞാനുമവിടെ ചെന്നിരുന്നു. പക്ഷേ ആദ്യത്തെ ഒഴുക്കിനുതന്നെ അയാളാണ് വന്നത്. വലിയൊരു വാളമീൻ വെള്ളത്തിൽ കുത്തിമറിഞ്ഞു വരുന്നതുപോലെയായിരുന്നത്. ഷട്ടറിന് താഴെയുള്ള തോടുപോലുള്ള ചാലിലേക്ക് വന്നു പതിച്ച്, പുളഞ്ഞൊഴുകി പിന്നീട് കുറെ നേരത്തേക്ക് അപ്രത്യക്ഷമായിരുന്ന അയാളെ കിട്ടിയത് പാലത്തിന്റെ കൈവരിയിൽ വെച്ചാണ്, ചീഞ്ഞു നാറിയതുകൊണ്ട് ആരും അടുത്തേക്ക് ചെന്നില്ലായിരുന്നു. പരിചയക്കാരനായ ഒരു പൊലീസുകാരൻ ആവശ്യപ്പെട്ടപ്പോഴാണ് ഞാനെടുക്കാൻ തയ്യാറായത്. ഒറ്റ നോട്ടത്തിലതൊരു മനുഷ്യനാണെന്ന് പറയാൻ പറ്റാത്ത രൂപത്തിലായിരുന്നു.

അന്നയെക്കുറിച്ചു പറയുകയാണെങ്കിൽ ഒരിക്കലും ആരും കാണാത്തൊരു മത്സ്യകന്യകയായിരുന്നു. ഇടയ്ക്ക് ഞങ്ങൾ കൂട്ടുകാര് കൊച്ചീന്ന് ബോട്ടിൽ പുറങ്കടലിൽ പോവാറുണ്ട്. ആ സമയത്തൊക്കെ ഞാൻ മത്സ്യകന്യകയെ തിരയാറുണ്ട്. അതിനെക്കുറിച്ചു പറയുമ്പോഴെല്ലാം കൂട്ടുകാർ എന്നെ കളിയാക്കുമെങ്കിലും എന്നെങ്കിലുമൊരിക്കെ ഞാനത് കാണുകതന്നെ ചെയ്യുമെന്ന് ഉറപ്പുണ്ടായിരുന്നു.

അങ്ങനെ കടലീ പോയൊരു ദിവസം രാത്രി, രാത്രിയെന്നു പറഞ്ഞാൽ നിലാവുദിച്ച് കടലാകെ നീലിച്ചു കിടക്കുന്ന സമയം. എന്റെ ജീവിതത്തിൽ അത്രയും മനോഹരമായ മറ്റൊരു രാത്രി ഞാൻ കണ്ടിട്ടേയില്ല. ആകാശവും കടലും നിറയെ പൂവിട്ടു നിന്ന ആ കാഴ്ച കണ്ടപ്പോഴാണ് ഒരു എഴുത്തുകാരനല്ലാത്തതിൽ എനിക്ക് നിരാശ തോന്നിയത്. ബോട്ടിന്റെ മുകളിൽ കയറി കിടന്ന് ശാന്തമായ കടലിനെ നോക്കി. തൊട്ടിലാട്ടുന്നതുപോലെ തിര ബോട്ടിനെ അനക്കുന്നുണ്ടായിരുന്നപ്പോൾ. ചുറ്റിലും കൃത്യമായ അകലത്തിൽ മറ്റു ബോട്ടുകാരുമുണ്ടായിരുന്നു, എല്ലാവരും വലയിട്ടതിനു ശേഷം വിശ്രമിക്കുകയായിരുന്നു.

ആ സമയത്ത് ഞാൻ മാത്രമാണ് ഉറങ്ങാതെയുണ്ടായിരുന്നത്. കടലിനെ നോക്കിയിരിക്കേ എന്റെ മുന്നിൽ പെട്ടെന്നൊരു കാഴ്ച തെളിഞ്ഞു. കടലിലൊരു അനക്കമായാണത് തുടങ്ങിയത്. നോക്കി നിൽക്കേ പതിയെ ആ അനക്കം എനിക്ക് നേർക്ക് നടന്നടുക്കാൻ തുടങ്ങി. ശ്വാസമടക്കിയാണ് ഞാനത് കണ്ടത്. തിരയിളക്കത്തിന് ശേഷമുണ്ടായൊരു ചുഴിയിൽ നിന്നുമൊരു രൂപം വെള്ളത്തിന് മുകളിലൂടെ നടക്കുകയായിരുന്നു. ഒന്നോ രണ്ടോ നിമിഷത്തിന് ശേഷമത് എനിക്കരികിലെത്തി. കാണുന്നത് സത്യം തന്നെയാണോയെന്നറിയാൻ ഞാനെന്നെത്തന്നെ നുള്ളിനോക്കി. നീണ്ട വാലും മുതുകത്ത് രണ്ട് ചിറകുകളുമുള്ള ആ രൂപത്തിന് അന്നയുടെ മുഖമായിരുന്നു.

കണ്ണടച്ചു തുറക്കുന്നതിന് മുൻപത് അപ്രത്യക്ഷമായി. കൂടെയുള്ള വന്മാരോട് പറഞ്ഞെങ്കിലും ആരുമത് വിശ്വസിച്ചില്ല. പക്ഷേ ഫാത്തിമ മാത്രമത് വിശ്വസിച്ചു.

അതിന്റെ പിറ്റേദിവസം അന്ന ഒറ്റയ്ക്ക് പുസ്തകശാലയിൽ വന്നിരുന്നു. അതായത് അമ്മച്ചി മരിച്ചതിന്റെ രണ്ടാഴ്ച കഴിഞ്ഞായിരുന്നത്. അവിടെ ഒരു ജോലി കിട്ടുമോ എന്നറിയാനാണവൾ വന്നത്. ഫാത്തിമയാണ് എന്നോടത് പറഞ്ഞത്. പക്ഷേ തത്കാലം അവിടെ ഒഴിവില്ലായിരുന്നു. അന്ന് മഴയത്ത് ഒരുമിച്ച് നടക്കുമ്പോൾ ഫാത്തിമയെ കെട്ടിപ്പിടിച്ച് ചുംബിക്കണമെന്നു തോന്നുകയും അവളോടത് പറയുകയും ചെയ്തു. എന്തോ അന്നവളത് കേട്ടതേയില്ല. ചില ദവസങ്ങളിൽ അവളങ്ങനെയാണ്. ഏതോ പുസ്തകത്തിൽ നിന്നുമിറങ്ങി വരുന്ന, എനിക്ക് തീർത്തും അപരിചിതമായ ആരോ ഒരാളെപ്പോലെയാവും അവൾ.

ബോട്ടിൽ കയറി തുരുത്തിലിറങ്ങി രണ്ടു വഴിക്ക് പിരിഞ്ഞെങ്കിലും എന്റെ മനസ്സിൽ അന്നയുടെ രൂപമുള്ള മത്സ്യകന്യകയായിരുന്നു. രാത്രിയിൽ ഉറക്കം വരാതായപ്പോൾ ഞാനെന്റെ തോണിയുമെടുത്ത് കായലിലിറങ്ങി. പുലർച്ചെവരെ കായലിൽ ചുറ്റിക്കറങ്ങി. സന്ന്യാസി മീനുകളെ നോക്കിയിരുന്നു. അവരും എന്നെപ്പോലെ ഉറക്കമില്ലാതെ നീന്തുകയായിരുന്നു. മറ്റെല്ലാ മീനുകളും ഉറങ്ങുമ്പോൾ അവരു മാത്രം ആകാശം നോക്കി കിടക്കും. മീനുകൾ ഉറങ്ങുന്നത് കണ്ടിട്ടുണ്ടോ? ഉണ്ടാവത്തില്ല. അത് എന്നെപ്പോലുള്ള ചിലയാളുകൾ മാത്രമേ കാണത്തുള്ളൂ. ചുമ്മാ വെള്ളത്തിൽ അനങ്ങാതെ നിന്നാണ് അതുങ്ങൾ ഉറങ്ങുക. പക്ഷേ അപ്പോഴും ചെകിള ഇളകിക്കൊണ്ടിരിക്കും. കാണുന്നവർ കരുതുക മീനുകൾ അനങ്ങാതെ നിൽക്കുകയാണെന്നാണ്.

ഒന്നും മിണ്ടാതെ പുസ്തകത്തിലേക്കു മാത്രം തലയിട്ടിരിക്കുന്ന ഫാത്തിമ ഏതോ കായൽമീനാണെന്ന് തോന്നാറുണ്ട്. പിറ്റേന്നും പതിവുപോലെ ഞങ്ങളൊന്നിച്ചാണ് കരയിലേക്ക് വന്നത്, ബോട്ടിറങ്ങി മാർക്കറ്റിലേക്കുള്ള വഴിയിലേക്ക് തിരിയുമ്പോൾ ഇന്നലെ രാത്രി ഉറങ്ങിയില്ലെന്നു പറഞ്ഞപ്പോൾ എനിക്കെന്തോ കണ്ണു നിറഞ്ഞു. കായല് ചുറ്റിയ നേരത്ത് അവളുടെ മുറിക്കു പുറത്ത് ചെന്നിരുന്നാൽ മതിയായിരുന്നെന്നു തോന്നി. വൈകുന്നേരം നേരത്തെ എത്തണമെന്നവൾ പറഞ്ഞിരുന്നു. പക്ഷേ അന്നുച്ചയ്ക്ക് പെയ്തു തുടങ്ങിയ മഴയെന്നെ ചതിച്ചു. പ്രസ് ക്ലബ് റോഡിലേക്കുള്ള എളുപ്പവഴിയാകെ വെള്ളം നിറഞ്ഞതുകൊണ്ട് മറ്റൊരു വഴിയിലൂടെ നടക്കാൻ തീരുമാനിച്ചു. രണ്ടു ഭാഗത്തും പഴയ കെട്ടിടങ്ങളുള്ള ആ വഴിയെനിക്ക്

തീരെ ഇഷ്ടമല്ലായിരുന്നു. അവിടെയുള്ളവന്മാര് തീരെ ശരിയല്ലായിരുന്നു. കൊച്ചിലെ സകല തെമ്മാടിക്കൂട്ടങ്ങളുടെയും കേന്ദ്രമായിരുന്നത്. പക്ഷേ ആ മഴയത്ത് വേറെ വഴിയില്ലായിരുന്നു.

നടക്കുമ്പോൾ ഒരു കെട്ടിടത്തിനുള്ളിൽനിന്നും ആരോ നിലവിളിക്കുന്നതു കേട്ടു, തോന്നലാണെന്നു കരുതി മുന്നോട്ടേക്ക് നടന്നെങ്കിലും അതേ ശബ്ദം വീണ്ടും കേട്ടു. അതൊരു പെണ്ണിന്റെ ശബ്ദമായിരുന്നു. അകത്തു കയറിയപ്പോൾ ഒരു പെണ്ണിനെ രണ്ടുപേർ ചേർന്ന് ഉപദ്രവിക്കുകയായിരുന്നു. എന്നെ കണ്ടതും അവർ അവളെ ഉപേക്ഷിച്ച് ഓടിപ്പോയി. അവളെനിക്കൊപ്പം പുറത്തേക്കിറങ്ങി വന്നു, അവിടം മുതൽ മഴയിലേക്ക് ഞങ്ങളൊന്നിച്ചാണ് നടന്നത്. പേടി മാറാത്തതുകൊണ്ടാവണം അവളൊന്നും സംസാരിച്ചിരുന്നില്ല. വീണ്ടുമവർ വരുമെന്ന ഭയം അവളുടെ മുഖത്ത് നിറഞ്ഞു നിന്നിരുന്നു.

പ്രസ് ക്ലബ് റോഡിലേക്ക് കയറിയതിനു ശേഷം അവളൊരു കടയുടെ ഉള്ളിലേക്ക് കയറി. അവിടെ നിന്നും കഷ്ടിച്ച് നൂറുമീറ്റർ നടന്നെത്തിയപ്പോഴാണ് ആ പഴഞ്ചൻ കെട്ടിടത്തെ കാറ്റ് അടർത്തിയിട്ടത്. കൃത്യം എന്റെ തലയിലേക്കാണ് അതിന്റെ പൂമുഖം വന്നു വീണത്. ഒട്ടും ആഗ്രഹിക്കാതെ മരണത്തിന് കീഴടങ്ങി. പക്ഷേ അവസാനമായി ഞാനൊരു കാഴ്ച കണ്ടിരുന്നു. കടൽ കയറി വന്ന മത്സ്യകന്യക പുഴയിലൂടെ നീന്തുന്നതായിരുന്നത്. അത് അന്ന തന്നെ ആയിരുന്നെന്ന് എനിക്കുറപ്പുണ്ട്.

അത്രയും പറഞ്ഞ് അയാൾ എഴുന്നേറ്റു ചെന്ന് പുസ്തകത്തട്ടിൽ കിടക്കുന്ന അന്നയെ നോക്കി നിന്നു. കാലുകൾ പിണച്ചു വെച്ചാണവൾ കിടന്നിരുന്നത്. അയാൾ അവളുടെ കൈകൾക്കിടയിൽ ചിറകുകൾ തിരയാൻ തുടങ്ങി. ചിറകുകൾ കാണാതായപ്പോൾ അയാൾ പരിഭ്രമിച്ചുകൊണ്ടവളെ മറിച്ചു കിടത്തി മുതുകിൽ തൊട്ടു നോക്കി. മത്സ്യകന്യകയുടെ ചിറകുകൾ ആരോ മുറിച്ചെടുത്തെന്ന് ഉച്ചത്തിൽ നിലവിളിച്ചുകൊണ്ടയാൾ പുസ്തകശാലയ്ക്കുള്ളിൽ പാഞ്ഞു നടന്നു. എല്ലാം കണ്ടുകൊണ്ടിരുന്ന ഭാസ്കരപ്പൊതുവാൾ വീണ്ടും എനിക്കരികിൽ വന്നു. ഭാസ്കരപ്പൊതുവാൾ അവിടെ നിന്നും എന്നെ എടുത്തുയർത്തി പുറത്തെ മഴയിലേക്കിറങ്ങി. വിക്രമാദിത്യ രാജാവിന്റെ പുറത്ത് തൂങ്ങിനിൽക്കുന്ന വേതാളത്തെപ്പോലെ ഞാനയാളുടെ മുതുകിൽ കിടന്നു. മറ്റു മൂന്നുപേരും ഞങ്ങളെ അനുഗമിച്ചു. നിർത്താതെ പെയ്യുന്ന മഴയിൽ കുറെ നേരം നടന്നു. നേരം പുലരുമ്പോൾ ഡാമിനടുത്തുള്ള ആൽമരത്തിന് മുകളിലായിരുന്നു ഞാൻ.

കഴിഞ്ഞ രാത്രിയിൽ വാടകവീട്ടിൽനിന്നും അവിടെ എങ്ങനെ എത്തിയെന്നതിനെക്കുറിച്ച് ആലോചിച്ചു, പക്ഷേ എന്താണ് സംഭവിച്ചതെന്ന് ഓർത്തെടുക്കാൻ കഴിഞ്ഞില്ല. അതിനു മുൻപ് ഒരിക്കൽ

പോലും ഞാനവിടെ പോയിരുന്നില്ല. അന്ന പറഞ്ഞ കഥകൾ സത്യമാണോ മിഥ്യയാണോ എന്നതും മനസ്സിലാവുന്നില്ലായിരുന്നു. അന്ന തന്നെ വെറുമൊരു തോന്നലാണെന്ന് സംശയിച്ചു. അന്ന മാത്രമല്ല ഭാസ്കരപ്പൊതുവാളും ലീനയുടെ അച്ഛനും മീൻവെട്ടുകാരനും പിന്നെയാ പെണ്ണും എന്റെ മാത്രം സംശയമാണെന്ന് തോന്നി. പക്ഷേ അതെല്ലാംതന്നെ സത്യമാണെന്ന് ഒരു നിമിഷത്തിനപ്പുറം ബോധ്യമായി. അതായത് അവിടെ നിന്നും പുറത്തേക്കിറങ്ങാൻ വഴി കാണാതെ നിരാശനായ എനിക്കു മുൻപിൽ അവൾ വന്നതിനു ശേഷമാണത്. ഓഫീസിൽ ഒരുമിച്ച് ജോലി ചെയ്തിരുന്ന സമയത്ത് അവളുടെ പേര് എനിക്ക് ഓർമ്മിക്കാൻ ബുദ്ധിമുട്ടുണ്ടായിരുന്നില്ല. ഇപ്പോഴങ്ങനെയല്ല. മരിച്ചുപോവുകയെന്നാൽ അത്ര നാളും പറഞ്ഞിരുന്ന അല്ലെങ്കിൽ സംബോധന ചെയ്തിരുന്ന പേരും നഷ്ടപ്പെടുക എന്നതാണോ? അതല്ല അവരെല്ലാവരും ജീവിച്ചിരിക്കുന്നവരും ഞാൻ മാത്രം മരിച്ചവനുമെന്നാണോ?

എന്താണ് സംഭവിച്ചത്, സംഭവിച്ചുകൊണ്ടിരിക്കുന്നതെന്ന് മനസ്സിലാവുന്നില്ല. ആലിൻമുകളിൽനിന്നും കൈ പിടിച്ചിറക്കുമ്പോൾ ഞാനത് അവളോട് തന്നെ ചോദിച്ചു. അവളൊന്നു ചിരിച്ചു. പിന്നെ അപ്പോഴും രക്തമിറ്റി വീഴുന്ന കൈത്തണ്ട ഉടുപ്പുകൊണ്ട് മറച്ചുവെച്ചു, എന്നിട്ടെന്റെ കൈയിലവൾ മുറുകെ പിടിച്ചു മുന്നോട്ട് നടന്നു. സൂര്യൻ ഉദിച്ചു വരുന്നതിന്റെ നേർത്ത കിരണങ്ങൾ ആൽമരത്തെയും ഞങ്ങളിരുവരേയും മൂടി. ചുവപ്പിൽ മഞ്ഞ കലർന്ന നിറം അവിടെയാകെ പരന്നു.

മരങ്ങൾക്കിടയിലൂടെ നടക്കുമ്പോൾ അവളെനിക്ക് എഴുതിയ കത്തിനെക്കുറിച്ച് ചോദിച്ചു. പെട്ടെന്നവളെന്റെ കൈയിലെ പിടുത്തം വിട്ടു. ചോദിക്കേണ്ടിയിരുന്നില്ലെന്നു മനസ്സ് പറഞ്ഞു. എന്നിട്ടും ഞാനത് ആവർത്തിച്ചു. അപ്പോഴവിടെ വീശിയ കാറ്റിൽ അവളുടെ മുടി ഇരുവശത്തേക്കും വിടർന്ന ചിറകുകൾപോലെ പാറി. ആരോ പിടിച്ചു നിർത്തിയതു കണക്കെയവൾ നടത്തം നിർത്തി, എനിക്ക് അഭിമുഖമായി തിരിഞ്ഞുനിന്നു. അപ്പോഴവളുടെ മുഖത്ത് ചിരിയായിരുന്നോ പുച്ഛമായിരുന്നോ എന്ന് തിരിച്ചറിയാൻ പറ്റാത്ത ഭാവമായിരുന്നു.

മീരയെന്ന അവൾ പറഞ്ഞ കഥ

അതെ, ഞാൻ തന്നെയാണ് ആ കത്തെഴുതിയത്. ഇത്ര നാളും നിങ്ങളത് എന്നോട് ചോദിക്കുമെന്ന് ആഗ്രഹിച്ചിരുന്നു. പക്ഷേ ഈ സമയം ഞാനതൊട്ടും പ്രതീക്ഷിച്ചിരുന്നില്ല. എല്ലാം അപ്രതീക്ഷിതമാണ്, എന്റെ മരണമൊഴികെ. കാരണം വളരെ നാളുകളായി ഞാനത് പ്രതീക്ഷിച്ചിരുന്നതാണ്. ആഗ്രഹങ്ങൾ മുഴുവൻ നിറവേറ്റാൻ സമയമെടുത്തെന്നു മാത്രം. അതെല്ലാംതന്നെ എന്റെ ആഗ്രഹങ്ങളൊന്നുമല്ല. ചുറ്റിലുമുള്ളവർ എന്നിലേക്ക് നൽകിയ ഭാരങ്ങളായിരുന്നത്.

മനുഷ്യർ സ്വതന്ത്രരായ വ്യക്തികളാണെന്ന് പറയുകയും അതേസമയംതന്നെ മറ്റുള്ളവർക്കുവേണ്ടി ജീവിക്കാൻ നിർബന്ധിതരാവുകയുമാണ്. ഇരുപത് വയസ്സു വരെ ഞാനും അങ്ങനെ തന്നെയായിരുന്നു. പ്രസ് ക്ലബ് റോഡിലെ ആ പുസ്തകശാലയിലെ സന്ദർശനങ്ങളാണ് എന്റെ ചിന്തകളിൽ സ്വാതന്ത്ര്യത്തെ നിറച്ചത്. അവിടെ വെച്ചാണ് ഞാൻ റാഹേലമ്മച്ചിയെ ആദ്യമായി കാണുന്നത്. കൃത്യമായി പറയുകയാണെങ്കിൽ എന്റെ ഇരുപതാം പിറന്നാളിന്റെ അന്ന്. ലൂതറാണ് എന്നെയവിടെ കൊണ്ടുപോയത്. സംശയിക്കണ്ട അന്ന പറഞ്ഞ ലൂതർ തന്നെയാണത്. ഞങ്ങൾ കൂട്ടുകാരായിരുന്നു. അവനെന്നോട് പ്രണയമായിരുന്നെന്നും പറയാം. പക്ഷേ നല്ലൊരു സുഹൃത്ത് എന്നതിനപ്പുറം അവനോടെനിക്ക് മറ്റൊരു വികാരവും തോന്നിയിരുന്നില്ല. പക്ഷേ എന്നെങ്കിലും ഞാനവനെ പ്രണയിക്കുമെന്നവൻ പ്രതീക്ഷിച്ചിരുന്നു. മനോഹരമായി പിയാനോ വായിച്ചിരുന്ന അവനോട് പലർക്കും പ്രണയമുണ്ടായിരുന്നു. അവനാവട്ടെ, എന്നോടു മാത്രമായിരുന്നു പ്രണയം.

സ്നേഹത്തിന്റെ രീതികൾ എളുപ്പത്തിൽ പിടിതരാത്ത ഗണിത പ്രശ്നങ്ങൾ പോലെയാണ്. പുസ്തകങ്ങളോടുള്ള എന്റെ ഭ്രാന്തമായ ഇഷ്ടം അവനറിയാമായിരുന്നു. പിറന്നാൾ സമ്മാനം പുസ്തകങ്ങളായി നൽകാനാണ് അവനെന്നെ അവിടേക്ക് കൊണ്ടുപോയത്. എത്ര പുസ്തകങ്ങൾ വേണമെന്നാലും അതെല്ലാം വാങ്ങിച്ചു നൽകാമെന്നായിരുന്നു ഓഫർ. എന്നു കരുതി അവനെ മുതലെടുക്കാൻ തീരുമാനിച്ചിരുന്നില്ല. ഭൂമിക്കടിയിലേക്ക് ഇറങ്ങുന്ന തരത്തിലുള്ള

അവിടെ ആദ്യനോട്ടത്തിൽതന്നെ ഇഷ്ടം തോന്നി. നിരനിരയായി അടുക്കിവെച്ച പുസ്തകങ്ങൾ ആർക്കാണ് സന്തോഷം നൽകാത്ത തെന്ന് ആലോചിച്ചുകൊണ്ടാണ് അതിനുള്ളിൽ കയറിയത്.

മൂന്നോ നാലോ ആളുകളവിടെ പുസ്തകങ്ങൾ വാങ്ങിക്കാൻ വന്നിരുന്നു അപ്പോൾ. പക്ഷേ ഉടമസ്ഥനെന്ന് തോന്നിക്കുന്ന ആളുടെ അടുത്ത് ഒരു കസേരയിൽ ഇരിക്കുന്ന വൃദ്ധയായ സ്ത്രീയിലേ ക്കാണ് എന്റെ ശ്രദ്ധ പതിഞ്ഞത്. എഴുപത് വയസ്സെങ്കിലും പ്രായം തോന്നിക്കുന്ന അവർ ഉടമയുടെ അമ്മയോ മറ്റോ ആണെന്നാണ് കരുതിയത്. ലൂതറിനോട് അക്കാര്യം സൂചിപ്പിക്കുകയും ചെയ്തു. അവനപ്പോൾ എന്നെ തിരുത്തി. അവന് പരിചയമുള്ള അമ്മച്ചിയാ ണെന്നും പുസ്തകങ്ങൾ വാങ്ങാനാണ് അവർ വന്നതെന്നും പറഞ്ഞു. അപ്പോഴെനിക്ക് അത്ഭുതം തോന്നി, പക്ഷേ ലൂതറെന്നെ അവർക്ക് പരിചയപ്പെടുത്തിയപ്പോൾ അത്ഭുതം ഒരുതരം ആരാധനയായി മാറി.

നന്ദിതയുടെയും സിൽവിയ പ്ലാത്തിന്റെയും കവിതകൾ അവരെ നിക്ക് സമ്മാനിച്ചു. പിറന്നാളിന് സമ്മാനം വാങ്ങാൻ വന്നതാണെന്ന് ലൂതർ അവരോട് പറഞ്ഞിരുന്നു. വേറെന്തെല്ലാമാണ് അവനവരോട് പറഞ്ഞതെന്ന് എനിക്കറിയില്ല. ഞാൻ പുസ്തകങ്ങൾ തിരയുമ്പോൾ അവരിരുവരും കുറെനേരം എന്തെല്ലാമോ പറയുന്നുണ്ടായിരുന്നു. തിരികെ വീട്ടിലെത്തിയപ്പോൾ സേതുവിനേയും സാറാ ജോസഫി നെയും മാറ്റിവെച്ച് നന്ദിതയെ വായിക്കാനെടുത്തു. പൊതുവെ കവിത കൾ വായിക്കുന്ന ശീലമുണ്ടായിരുന്നില്ല, എന്നിട്ടും നന്ദിതയെന്നെ മുഴുവനായി വിഴുങ്ങി.

ആ രാത്രിയിൽ മഴ പെയ്യുമ്പോൾ ഞാൻ നന്ദിതയിലേക്ക് കൂടുതൽ ആഴത്തിൽ ഇറങ്ങുകയായിരുന്നു. മുകൾനിലയിലെ ബാൽക്കണി യിലിരുന്ന് നന്ദിതയെ വായിക്കുമ്പോഴാണ് മരിക്കണമെന്ന ആഗ്രഹം ആദ്യമായി എന്നെ കീഴടക്കിയത്. പുസ്തകം മടക്കിവെച്ച് കുറെനേരം ഞാനാ മഴയിലേക്ക് നോക്കിയിരുന്നു. ജലംകൊണ്ട് തീർക്കുന്ന കള്ളി കളായാണ് അന്ന് മഴ പെയ്തിരുന്നത്. കൈയെത്തിച്ച് മഴയെ തൊടുമ്പോൾ എന്തെന്നില്ലാത്ത അനുഭൂതി ആയിരുന്നെനിക്ക്. പുലരുംവരെ ഞാനവിടെത്തന്നെ ഇരുന്നു. ഉറങ്ങണമെന്നോ രാത്രി യാണെന്നോ ഓർത്തതേയില്ല. എനിക്കപ്പോൾ റാഹേലമ്മച്ചിയെ കാണണമെന്നു തോന്നി, ലൂതറിനെ ഫോൺ വിളിച്ച് അക്കാര്യം പറഞ്ഞപ്പോൾ അവനെന്നോട് കിടന്നുറങ്ങാൻ പറഞ്ഞ് ഫോൺ വെച്ചു. വീണ്ടും വിളിച്ചപ്പോൾ അവനെന്നെ വഴക്ക് പറയുമെന്നാണ് കരുതിയത്. പക്ഷേ അവനെന്നെ കേൾക്കാൻ തയ്യാറായി. അമ്മച്ചി ഉറങ്ങിക്കാണുമെന്നും രാവിലെ കൊണ്ടുപോവാമെന്നും പറഞ്ഞു. അപ്പോൾ അവനെയൊന്നു കെട്ടിപ്പിടിക്കണമെന്ന് തോന്നി. പിറ്റേന്ന് അവധിദിവസമായിരുന്നു.

ക്വയറിന് പോവാതെ അവനെന്നെ അമ്മച്ചിയുടെ വീട്ടിലേക്ക് കൊണ്ടുപോയി. ഞങ്ങൾ ചെല്ലുമ്പോൾ അമ്മച്ചി മയിലുകളുടെ നടുക്ക് നിൽക്കുകയായിരുന്നു. അമ്മച്ചിയുടെ കൈയിൽനിന്നവ കൊത്തി ത്തിന്നുന്നതു നോക്കിനിന്ന എന്നെ അമ്മച്ചി അടുത്തേക്ക് വിളിച്ചു. മയിലുകളപ്പോൾ ദൂരേക്ക് മാറിനിന്നു. പരിചയമില്ലാത്തവരെ കണ്ടിട്ടാ ണെന്നും പറഞ്ഞ് അമ്മച്ചി എന്നോട് അകത്തേക്ക് കയറി ഇരിക്കാൻ പറഞ്ഞു. ലൂതർ അതിനു മുൻപേ അകത്തേക്ക് കയറിയപ്പോൾ അവ നവിടെ സ്ഥിരം വരുന്നവനാണെന്ന് മനസ്സിലായി. അവന്റെ ശബ്ദം കേട്ടിട്ടെന്നോണം അടുക്കളയിലായിരുന്ന അന്നയും പുറത്തേക്ക് വന്നു. എന്നെ കണ്ടതും ഇതാണോ നീ പറയുന്ന കൊച്ചെന്ന് ലൂതറി നോട് ചോദിച്ചുകൊണ്ട് അന്നയെന്റെ കൈപിടിച്ചു. അപ്പത്തിന്റെയും ബീഫ് റോസ്റ്റിന്റെയും മണമായിരുന്നവർക്കപ്പോൾ. അവരെന്നെ അമ്മച്ചിയുടെ മുറിയിലേക്ക് കൊണ്ടുപോയി. നിറയെ പുസ്തക ങ്ങളുള്ള മുറിയായിരുന്നത്. കട്ടിലിൽ വായിച്ചു പാതിയാക്കി വെച്ചതു കണക്കെ നന്ദിതയുടെ പുസ്തകം കണ്ടു. രാത്രിയിൽ ഞാൻ വായിച്ചിരുന്ന അതേ പുസ്തകത്തിന്റെ മറ്റൊരു പ്രതി ആയിരുന്നത്. ഞാനതെടുത്ത് മറിച്ചുനോക്കുമ്പോൾ കാപ്പിയെടുക്കാം എന്നു പറഞ്ഞ് അന്ന അടുക്കളയിലേക്കുതന്നെ പോയി. തനിച്ചായപ്പോൾ ആ മുറി യിലെ പുസ്തകമണമെന്നെ പൊതിഞ്ഞു. മനോഹരമായി അടുക്കി വെച്ച പുസ്തകങ്ങളെ തൊട്ടും തലോടിയും നിൽക്കുമ്പോൾ അമ്മച്ചി അകത്തേക്ക് വന്നു.

‘‘കൊച്ചിന് ഇഷ്ടമുള്ളതെല്ലാം എടുത്തോ, പക്ഷേ വായിച്ചു കഴിഞ്ഞാൽ തിരിച്ചു തരുമെന്ന് സത്യം ചെയ്യണം, അമ്മച്ചീടെ ആകെ യുള്ള കൂട്ട് ഈ പുസ്തകങ്ങളാണ്. പിന്നെയാ പിയാനോയുണ്ട്. ലൂതർ ഇടയ്ക്കു വന്നത് വായിക്കുന്നതാണ് ഒരാശ്വാസം. കൊച്ചിന് മുഷിയില്ലേൽ ഞാനൊരു കാര്യം പറയാം. അവന് കൊച്ചിനെ ഇഷ്ട മാണെന്ന് ഞങ്ങക്ക് രണ്ടുപേർക്കും അറിയാം. ഇന്നലെയവൻ പറഞ്ഞി ട്ടാണ് ഞാനവിടെ വന്നത്. കൊച്ചിങ്ങോട്ട് വരില്ലെന്നവൻ തീർത്തു പറഞ്ഞപ്പോൾ ഞാനാണ് അവിടേക്ക് കൊച്ചിനെ കൂട്ടി വരാമോന്ന് ചോദിച്ചത്. പ്രത്യേകിച്ചൊന്നുമില്ല. അവനെപ്പോഴും പറയുന്ന കൊച്ചിനെ ഒന്നെനിക്കും കാണണമെന്നു തോന്നി. അന്നയെ കൂടെ കൂട്ടാതെ ഒറ്റയ്ക്ക് വന്നതും അതുകൊണ്ടാണ്. അവളുണ്ടേൽ രഹസ്യ മായി കാണാൻ പറ്റത്തില്ലായിരുന്നു. കൊച്ചിവിടെ വന്നയുടനെ അവളവനോട് ചോദിക്കുന്നത് ഞാൻ കേട്ടു, പാവമാണവൾ. ആരോട് എന്ത് പറയണമെന്ന് അറിയില്ലെന്നു മാത്രം.’’

അത്രയും പറഞ്ഞ് അമ്മച്ചി അലമാരയിലെ സാരികൾ അടുക്കി വെയ്ക്കാൻ തുടങ്ങി. ഭംഗിയുള്ള സാരികളിൽ ഞാനൊന്ന് പാളി നോക്കി. നന്ദിതയുടെ സാരികളാണതെന്ന് തോന്നി. അപ്പോഴവൻ

പിയാനോയിൽ എനിക്ക് ഒത്തിരി ഇഷ്ടമുള്ള ഏൺസ്റ്റ് വോൺ ഡോനാനി ചിട്ടപ്പെടുത്തിയ സിംഫണി ഇൻ എഫ് വായിക്കുകയായിരുന്നു. ഞാനാവട്ടെ അമ്മച്ചിയോട് എന്തു പറയുമെന്ന ആലോചനയിലായിരുന്നു. പറയാതിരുന്നാൽ അവനോട് എനിക്ക് പ്രണയമാണ് എന്നും സാധാരണ പെൺകുട്ടികളെ പോലെ നാടകീയമായി സമ്മതിക്കുമെന്ന് കരുതുമെന്നും ഉറപ്പായിരുന്നു. അക്കാര്യം ഓർത്തപ്പോൾ എനിക്ക് എന്നോടുതന്നെ ദേഷ്യം തോന്നി. അവസാനം അമ്മച്ചിയോട് ഞാനത് തുറന്നു പറഞ്ഞു. അതെന്താവും എന്നല്ലേ താൻ ആലോചിക്കുന്നത്? പറയാം.

''അവനോടെന്നല്ല ഇതുവരെ ആരോടും എനിക്ക് പ്രണയം തോന്നിയിട്ടില്ല. ഒരുപക്ഷേ അതെന്റെ കുഴപ്പമായിരിക്കും. പിന്നെയീ സ്നേഹം എന്നു പറയുന്നത് ഏകപക്ഷീയമായി തോന്നേണ്ടുന്ന ഒന്നല്ല. പക്ഷേ അവനെ ഒരു കൂട്ടുകാരനെന്ന നിലയിൽ എനിക്ക് ഇഷ്ടമാണ്, വിശ്വാസവുമാണ്. അമ്മച്ചിക്കെന്നെ മനസ്സിലാവുമെന്ന് കരുതുന്നു. ഒന്നുമില്ലേലും നിങ്ങള് കുറെ ലോകം കണ്ടതല്ലേ, അതിലുമെത്രയോ പുസ്തകങ്ങൾ വായിച്ചതല്ലെ?''

താനിപ്പോൾ എന്നെ നോക്കിയില്ലേ, അതേപോലെത്തന്നെയാ അമ്മച്ചിയന്ന് എന്നെ നോക്കിയത്. എന്നിട്ടെന്നെ ചേർത്തുപിടിച്ചു. അതിലെല്ലാം ഉണ്ടായിരുന്നു. ചില സമയങ്ങളിൽ വാക്കുകളേക്കാൾ ശക്തിയാണ് ഒരു ചേർത്തുപിടിക്കലിന്. അന്നവിടെ നിന്നും ഇറങ്ങുമ്പോൾ അമ്മച്ചിയെ വിട്ടുപോവുന്ന സങ്കടമായിരുന്നെനിക്ക്. അതിനുശേഷം അവനെന്നോട് ഒരിക്കൽപോലും വിവാഹത്തെക്കുറിച്ചോ പ്രണയത്തെക്കുറിച്ചോ പറഞ്ഞിട്ടില്ല. എന്നു കരുതി ഞങ്ങളെ സൗഹൃദത്തിന് ഒരു മാറ്റവും ഉണ്ടായിട്ടില്ല. വീണ്ടും പലവട്ടം ഒറ്റയ്ക്കും അവന്റെ കൂടെയും അമ്മച്ചിയെ കാണാൻ ഞാനവിടെ പോയിട്ടുണ്ട്. തന്റെ കാര്യവും ഞാനമ്മച്ചിയോട് പറഞ്ഞിരുന്നു. കത്തിലെഴുതിയതുപോലെ തന്നോട് എനിക്ക് പ്രണയം തോന്നിയിട്ടുണ്ടെന്ന്. പക്ഷേ അപ്പോഴേക്കും ഞാൻ മരിക്കാൻ തീരുമാനിച്ചിരുന്നു. അതു മാത്രമാണ് എനിക്കും അമ്മച്ചിക്കും ഇടയിലെ രഹസ്യമായിട്ട് ഉണ്ടായിരുന്നത്. അല്ലേലും നമുക്ക് മാത്രമായുള്ള രഹസ്യങ്ങൾ ഇല്ലേൽ ജീവിതത്തിന് അർത്ഥമില്ലാതെയാവും. മരണത്തിനും ഇത് ബാധകമാണ്.

തന്നോടിപ്പോൾ ഇതൊക്കെ പറയുന്നത് എന്തിനാണെന്നു വെച്ചാൽ ഞാൻ മരിക്കാനുള്ള കാരണം അറിയാൻ തനിക്ക് ആഗ്രഹമുണ്ടെന്നതുകൊണ്ടാണ്. സ്ഥിരമായി അവിടെ പോവാൻ തുടങ്ങിയപ്പോൾ മയിലുകൾക്ക് എന്നോടുണ്ടായിരുന്ന അകൽച്ച മാറി, എന്റെ കൈയിൽ നിന്നും കൊത്തിത്തിന്നാൻ തുടങ്ങി അവർ. അതിനിടയിലെന്നോ ആണ് അമ്മച്ചി എഴുതിവെച്ചിരുന്നൊരു കവിത എനിക്ക് വായിക്കാൻ

തന്നത്, കവിതയെന്നു പറയാൻ പറ്റുമോന്ന് എനിക്കറിയില്ല. പക്ഷേ ആത്മഹത്യയെക്കുറിച്ചുള്ള വരികളായിരുന്നു അതിൽ. ഞാനത് വായിക്കുമ്പോൾ അമ്മച്ചി പിയാനോ പ്ലേ ചെയ്തിരിക്കുകയായിരുന്നു. നൂലുപോലെ പെയ്യുന്ന മഴയുമുണ്ടായിരുന്നു അന്ന്. എനിക്കപ്പോൾ തന്നെ മരിക്കണമെന്നു തോന്നി. അമ്മച്ചിയുടെ അലമാരയിൽ കണ്ട സാരികളിൽ ഒന്നെടുത്ത് കഴുത്തിൽ കുരുക്കിട്ടാലോ എന്ന് ആലോചിച്ചു. പക്ഷേ അവിടെവെച്ച് ആത്മഹത്യ ചെയ്താൽ അമ്മച്ചിയെ ബുദ്ധിമുട്ടിക്കലാവും എന്നതുകൊണ്ട് മനസ്സിനെ നിയന്ത്രിച്ചു നിർത്തി.

എന്റെ ചിന്തകൾ നൂലറ്റ പട്ടംപോലെ നിയന്ത്രണമില്ലാതെ പാറി നടക്കുമ്പോൾ അവിടേക്ക് ഒരു പെൺകുട്ടി കയറിവന്നു. സ്വന്തം വീട്ടിലെത്തിയതുപോലെയായിരുന്നു അവളുടെ പെരുമാറ്റം. വന്ന ഉടനെ നടുമുറിയിലെ മേശയിലെ പാത്രത്തിൽ മൂടിവെച്ചിരുന്ന മുന്തിരി എടുത്ത് വായിലേക്കിട്ട്, നേരെ അമ്മച്ചിയുടെ മുറിയിലേക്ക് കയറി വന്നു. അമ്മച്ചി വാങ്ങിവെച്ച പുതിയ പുസ്തകങ്ങൾ പരതാൻ തുടങ്ങി. ഞാനവിടെ ഉള്ളതവൾ ശ്രദ്ധിച്ചേയില്ല. അല്ലെങ്കിൽ എന്നെ കണ്ടില്ലെന്ന് നടിച്ചതാവുമോ എന്ന് ഓർത്തു.

പുറത്തായിരുന്ന അമ്മച്ചി മുറിയിലേക്ക് വന്നയുടനെ അവൾക്ക് എന്നെ പരിചയപ്പെടുത്തി. മീരയാണ് പേരെന്ന് ഞാൻ പറഞ്ഞെങ്കിലും അവളൊന്ന് മൂളുക മാത്രം ചെയ്ത് കൈയിലിരുന്ന പുസ്തകത്തിലേക്ക് തല താഴ്ത്തി. എനിക്കപ്പോൾ അവിടെനിന്നും ഓടിപ്പോവണമെന്ന് തോന്നി. അമ്മച്ചിയുടെ അടുത്ത് അവൾക്ക് എന്നെക്കാളും അടുപ്പം ഉണ്ടെന്ന് തോന്നിയതുകൊണ്ടു മാത്രമായിരുന്നില്ലയത്, ഒരാൾ സ്വയം പരിചയപ്പെടുത്തുമ്പോൾ ഒന്നു തല ഉയർത്തി നോക്കാനുള്ള സാമാന്യമര്യാദപോലും കാണിക്കാത്തതിലുള്ള ഇഷ്ടക്കേട് കാരണമായിരുന്നത്. പക്ഷേ ഞാനിറങ്ങാൻ തുടങ്ങിയപ്പോൾ അവളെന്റെ അടുത്തേക്ക് വന്നു, എന്നിട്ട് അമ്മച്ചിയോട് ഇതാണോ ലൂതർ പറയുന്ന ആളെന്ന് ചോദിച്ചു. അതു കേട്ടപ്പോൾ എനിക്ക് വീണ്ടും ദേഷ്യം വന്നു. നിയന്ത്രിക്കാൻ പറ്റിയില്ല. എന്റെ പേര് മീരയെന്നാണെന്നും മറ്റാരുടേയും വാലായി അറിയപ്പെടാനോ, പരിചയപ്പെടാനോ താത്പര്യവുമില്ലെന്നും പറഞ്ഞു. അതു കേട്ടതും അവളൊന്ന് ചിരിച്ചു, അമ്മച്ചിയും അവളെ കൂടെ ചിരിച്ചു. എന്നിട്ട് രണ്ടുപേരും കൂടെയെന്റെ ഇടതും വലതുമായി നിന്നു. എന്നിട്ട് സ്വയം പരിചയപ്പെടുത്തിയത് ഇങ്ങനെയാണ്.

‘‘ഞാൻ ലീന, പാലക്കാടാണ് വീട്, ഇപ്പോഴിവിടെ അടുത്തുള്ള ബി.എഡ് കോളേജിൽ പഠിക്കുന്നു, മീരയെപ്പോലെത്തന്നെ ബ്ലോസം ബുക്സ് സ്റ്റോറിൽ വെച്ചാണ് അമ്മച്ചിയെ പരിചയപ്പെട്ടത്. ഇടയ്ക്കിവിടെ വരും, ചില ദിവസം ഇവിടെ കൂടുകയും ചെയ്യും. പിന്നെയീ പുസ്തകങ്ങൾ, അതെന്റേതും കൂടെയാണ്. അമ്മച്ചി കർത്താവിന്റെ

മണവാട്ടിയായി ചെല്ലുമ്പോൾ ഇതൊക്കെ എനിക്കുള്ളതാണെന്നാണ് ഞങ്ങള് തമ്മിലെ ഉടമ്പടി.''

അതു പറയുമ്പോഴുള്ള അവളുടെ മുഖത്തുണ്ടായിരുന്ന കുട്ടിത്തം എന്റെ ദേഷ്യത്തെ ഇല്ലാതാക്കി. മയിലുകൾ പുറത്ത് പറന്നിറങ്ങുന്നത് ജനാലയിലൂടെ കണ്ടതും അവളും ഞാനും പുറത്തേക്കിറങ്ങി. ഞങ്ങൾ അടുത്തു ചെന്നത് കണ്ടില്ലെന്ന മട്ടിൽ മയിലുകൾ കൊത്തിപ്പെറുക്കി നടന്നു. അവിടെയുള്ള കൂറ്റൻ ഞാവൽ മരത്തിന് കീഴിലിരുന്ന് ഞങ്ങൾ കുറെനേരം സംസാരിച്ചു. കൂടുതലും പുസ്തകങ്ങളെക്കുറിച്ചാണ് പറഞ്ഞത്.

മുൻപ് താമസിച്ചിരുന്ന വീടിന് തൊട്ടടുത്തുണ്ടായിരുന്ന ഒരാളുടെ വീട്ടിലെ പുസ്തകങ്ങൾ ഇരട്ടകളായ അനിയത്തിമാർ എടുത്തുകൊണ്ടുവരാറുണ്ടായിരുന്നെന്നും, അവരിലൂടെയാണ് വായന തുടങ്ങിയതെന്നും പറഞ്ഞു. അതിനിടയിൽ അച്ഛന്റെ ആത്മഹത്യയെപ്പറ്റിയുമവൾ സൂചിപ്പിച്ചിരുന്നു, പക്ഷേ അമ്മയെക്കുറിച്ച് ചോദിച്ചപ്പോൾ അവൾ നിശ്ശബ്ദയായി. മറ്റെന്തോ പറയാൻ തുടങ്ങിയപ്പോൾ പൊടുന്നനെ ആകാശം മൂടിയൊരു മഴ വന്നു. ഞാവൽപ്പഴങ്ങളെ ഞെട്ടറ്റു വീഴ്ത്തിയൊരു കാറ്റ് മഴയുടെ കൂടെ കൂടി. ആകാശത്തു നിന്നും വീഴുന്ന ചരൽക്കല്ലുകൾപോലെ ഞാവൽപ്പഴങ്ങൾ താഴോട്ട് പതിച്ചു. അവ ഞങ്ങളുടെ ഉടുപ്പുകളിൽ വയലറ്റ് നിറം പൂശി. മഴ നനഞ്ഞുകൊണ്ടുതന്നെ അകത്തേക്ക് കയറിയ ഞങ്ങളിരുവരേയും അന്ന വഴക്ക് പറഞ്ഞു, വഴക്ക് പറയുക മാത്രമായിരുന്നില്ല, തല തോർത്തിത്തരികയുമുണ്ടായി. അമ്മച്ചിയാവട്ടെ ജനാലയ്ക്കരികിൽ നിന്ന് മഴയെ കൈക്കുമ്പിളിൽ എടുത്തു തൊട്ടുനോക്കുകയായിരുന്നു. പൊടുന്നനെ അവരൊരു മൂന്നു വയസ്സുകാരിയായി മാറിയെന്നു തോന്നി എനിക്ക്. മഴ പൂർണ്ണമായും മാറാത്തതുകൊണ്ട് അമ്മച്ചി ലൂതറിനെ വിളിച്ചു വരുത്തി, അവനാണ് എന്നെ അന്ന് വീട്ടിലേക്ക് കൊണ്ടുവിട്ടത്.

കാറിൽ ഇരിക്കുമ്പോൾ അവൻ ദെസ്തയേവ്സ്കിയുടെ രൂപത്തിലേക്ക് പരിണാമപ്പെടുന്നതു കണ്ടു. കഴിഞ്ഞ രാത്രിയിൽ വായിച്ച 'വെളുത്ത രാത്രികൾ' എന്ന പുസ്തകത്തിലെ ദെസ്തയേവ്സ്കിയുടെ രൂപമായിരുന്നത്. വിഷാദം മുറ്റിനിൽക്കുന്ന കണ്ണുകൾ, വിറയാർന്ന കൈകൾ, നട്ടെല്ല് അൽപം വളഞ്ഞ നടപ്പ്, എല്ലാത്തിലും ഉപരി ആ വഴിയാകെ മഞ്ഞുമൂടി നിൽക്കുന്നതുപോലെ, മഴ ചുംബിച്ച മരങ്ങളിലെല്ലാം ചുംബനത്തിന്റെ കുഞ്ഞുജലഗോളങ്ങൾ തൂങ്ങിനിൽക്കുന്നുണ്ടായിരുന്നെങ്കിലും അതിനൊന്നുമെന്നിലെ ചിന്തകളെ മാറ്റാനുള്ള ശക്തിയില്ലായിരുന്നു. അവനാവട്ടെ ഒന്നും മിണ്ടാതെയാണ് വണ്ടി ഓടിച്ചിരുന്നത്. വീട്ടിലേക്കുള്ള ഇടവഴിക്കരികെ വണ്ടി നിർത്തി. ഇറങ്ങി നടക്കുമ്പോൾ അവനെന്തെങ്കിലും പറയുമെന്ന് കരുതിയെങ്കിലും അതുണ്ടായില്ല. ഞാനിറങ്ങിയ ഉടനെ അവൻ

തിരിച്ചുപോയി. അന്നു രാത്രി മുഴുവൻ ഞാനതിനെക്കുറിച്ച് ആലോചിച്ചു. നിരന്തരം സംസാരിക്കുന്ന ഒരാൾ മൗനത്തിലേക്ക് വീണുപോയതിനെക്കുറിച്ചുള്ള ആധി മാത്രമായിരുന്നത്. ഒരുറക്കിനപ്പുറം അത് മാഞ്ഞുപോവുകയും ചെയ്തു. താനിപ്പോൾ ആലോചിക്കുന്നത് തന്നെത്തേടി വന്നവരിൽ എല്ലാവരും പരസ്പരം ബന്ധപ്പെട്ടു കിടക്കുന്നതിനെക്കുറിച്ചാവുമല്ലേ? അല്ലെങ്കിൽ ലീനയും മരണത്തിന്റെ സ്വാതന്ത്ര്യം തേടിയെന്നോ? എന്തുതന്നെ ആയാലും ലീനയിപ്പോഴും ഈ നിമിഷത്തിലും ജീവിച്ചിരിക്കുന്നുണ്ട്.

മറ്റൊരു രഹസ്യം കൂടെ പറയാം. പൊലീസുകാർ പറഞ്ഞതുപോലെ ഭാസ്കരപ്പൊതുവാളെന്ന എഴുത്തുകാരൻ മരിച്ചിട്ടില്ല. നമ്മുടെ കൂടെയുള്ളത് മറ്റൊരാളാണ്. ഇന്നലെ രാത്രിയിൽ പുസ്തകശാലയിൽ വെച്ച് താൻ കണ്ടത് അയാളെയാണ്. അച്ഛന്റെ കൃഷിസ്ഥലത്ത് ആത്മഹത്യ ചെയ്തത് കങ്കാണി മൂസയെന്ന് പേരുള്ള ഒരാളാണ്. തന്നെയിന്നലെ എടുത്ത് ഇവിടെ എത്തിച്ചത് കങ്കാണിയാണ്. എന്നെയിവിടേക്ക് കൊണ്ടുവന്നതും അയാൾ തന്നെയാണ്. ഇവിടെവെച്ച് നമ്മൾ എന്നന്നേക്കുമായി പിരിയുകയാണ്. റാഹേലമ്മച്ചി എന്നെ കാത്ത് ആ ഞാവൽമരത്തിനു താഴെ ഇരിക്കുന്നുണ്ട്. അമ്മച്ചിയുടെ കൂടെ പോവുകയാണ് ഞാൻ. നിന്നോടുള്ള പ്രണയത്തെപ്രതിയാണത്. ലൂതറിനെക്കുറിച്ചും അന്നയെക്കുറിച്ചും എന്നെക്കുറിച്ചുമുള്ള കഥകൾ കങ്കാണി പറയും.

നിലംപറ്റി വീശിയൊരു കാറ്റിലപ്പോൾ ഡാമിലേക്ക് ചാഞ്ഞു കിടന്നിരുന്ന മരം വേരോടെ മറിഞ്ഞുവീണു. എന്റെ മുന്നിലുണ്ടായിരുന്ന മീര എങ്ങോ മാഞ്ഞുപോയി, പക്ഷേ അവളുടെ കൈത്തണ്ടയിൽനിന്നും ഇറ്റിവീണ രക്തത്തുള്ളികൾ നിലമാകെ മഞ്ചാടിക്കുരു ചിതറിയതുപോലെ കിടക്കുന്നുണ്ടായിരുന്നു. എന്താണ് എനിക്ക് സംഭവിക്കുന്നതെന്ന് തിരിച്ചറിയുന്നതിനുമുൻപ് അരക്കെട്ടിൽ ബലമുള്ള കൈ ചുറ്റപ്പെടുകയും ഭൂമിക്ക് മുകളിലേക്ക് എടുത്തുയർത്തപ്പെടുകയും ചെയ്തു. കണ്ണു തുറക്കുമ്പോൾ എന്റെ മുറിക്കുള്ളിലായിരുന്നു ഞാൻ. കഷണ്ടി കയറിത്തുടങ്ങിയ തലയിലുള്ള നാലഞ്ചു നീണ്ട മുടികൾ പിന്നിലേക്ക് കോതിക്കൊണ്ട്, എന്റെ സമീപത്ത് കുന്തിച്ചിരിക്കുന്ന കങ്കാണിയും ഉണ്ടായിരുന്നു. കട്ടിപ്പുരികത്തിനു താഴെയുള്ള ചെറിയ കണ്ണുകൾ ചിമ്മി അയാളെന്നെ നോക്കി ചിരിച്ചപ്പോൾ മുൻവശത്തെ മുറുക്കാൻകറ പിടിച്ച പല്ലുകൾ തെളിഞ്ഞു. നീണ്ടതും തഴമ്പിച്ചതുമായ കൈ മുകളിലേക്ക് വിടർത്തിക്കൊണ്ടയാൾ സംസാരിച്ചു തുടങ്ങുമ്പോൾ മുറ്റത്തെ മഴ മരത്തിൽ മേഘങ്ങൾ പറന്നിറങ്ങാൻ തുടങ്ങിയിരുന്നു.

കങ്കാണി പറഞ്ഞ ജീവിതങ്ങൾ, മരണങ്ങളും

മീര പറഞ്ഞത് സത്യമാണ്. തന്റെ അച്ഛന്റെ കൃഷിയിടത്തിൽ തൂങ്ങിച്ചത്തത് ഞാൻതന്നെയാണ്. ജീവിതം മതിയായപ്പോൾ തൂങ്ങി. പക്ഷേ നീയൊരു കാര്യം മനസ്സിലാക്കണം. അതായത് ഒരു നിമിഷത്തെ ചിന്തകൊണ്ട് ആരും ആത്മഹത്യ ചെയ്യില്ല. നിങ്ങളെപ്പോലെ ഒത്തിരി പഠിച്ച പിള്ളേരത് സമ്മതിച്ചു തരുമോയെന്ന് അറിയില്ല. പക്ഷേ ആത്മഹത്യ ചെയ്യുന്നതൊരു കലയാണ്. ധൈര്യം അത്യാവശ്യമുള്ള കല. മരിക്കേണ്ട ദിവസവും സമയവും സ്ഥലവും ദിവസങ്ങൾക്കു മുൻപേ തീരുമാനിച്ചുറപ്പിക്കും. മനസ്സിനു സംതൃപ്തി നൽകുന്നൊരിടം കണ്ടെത്തുവാൻ അലഞ്ഞു നടക്കും. പതിയെ ആൾക്കൂട്ടങ്ങളിൽനിന്നും ഉൾവലിയും. കണ്ടെത്തിയ സ്ഥലവുമായി കുറച്ചു ദിവസങ്ങൾ ഗാഢമായ പരിചയത്തിലാവും, തന്റെ മാത്രമായൊരു ഇടമായതിനെ തൊട്ടുതലോടുകയും ചെയ്യും. ശേഷമവിടെയുള്ള ഒരുക്കങ്ങളിലേക്ക് സൂക്ഷ്മമായിറങ്ങും. ഏറ്റവും പ്രിയതരമായൊരു രാത്രിയിൽ പൂർണ്ണനഗ്നനായി മഴ നനയുന്നതുപോലെയാണത്. ഓരോ രോമകൂപങ്ങളിലും നേർത്ത ജലകണങ്ങളിറങ്ങി തണുക്കുമ്പോൾ ഉച്ചത്തിൽ കരയുകയും ചിരിക്കുകയും ചെയ്യും.

ശരീരഭാഷയിൽ മരണത്തിനോടുള്ള അഗാധമായൊരു ഇഷ്ടത്തിന്റെ രീതിയിലാവും പിന്നീടുള്ള ദിവസങ്ങൾ. ഉപേക്ഷിച്ചവരോടും ഉപേക്ഷിക്കപ്പെട്ടതിനോടുമെല്ലാം സമരസപ്പെടുന്നതിന്റെ തീവ്രമായൊരു ആനന്ദത്തെ അനുഭവിക്കുമപ്പോൾ. ഒടുക്കം, മരിക്കേണ്ടിയിരുന്നില്ലെന്ന് ആളുകൾ അടക്കം പറയും. അപ്പോഴതു കേട്ട് സന്തോഷിക്കും. തണുത്തുറഞ്ഞു കനംവെച്ച ശരീരം താങ്ങിയെടുത്ത് പോസ്റ്റുമോർട്ടത്തിനയയ്ക്കുമ്പോൾ നിസ്സഹായതയുടെ കണ്ണുകൾ കൊണ്ട് അളക്കുന്നവർ അയാളുടെ മരണവെപ്രാളത്തിന്റെ ഉടലടയാളങ്ങളുടെ വരകളിൽ നോക്കിനിൽക്കും. അവരിൽ പലരും ശവത്തിൽ ആർക്കുന്ന ഈച്ചകളുടെ മൂളക്കങ്ങളെപ്പോലെ അടക്കം പറയും. ഒരാൾക്കു മാത്രം കഷ്ടിച്ചു നടക്കാനാവുന്ന ഇടവഴിയിലൂടെ ആളുകളയാളുടെ ശരീരവും താങ്ങി വരുമ്പോൾ താണുനിൽക്കുന്ന

മരച്ചില്ലകളൊടിക്കുന്ന ശബ്ദത്തിനയാളുടെ അവസാനത്തെ ശ്വാസത്തിന്റെ അതേ ഒച്ചയാവും.

നടുമുറിയിലേക്ക് കയറ്റിവെച്ചതിനുശേഷം ആളുകൾക്കയാളൊരു പ്രദർശന വസ്തുവാകും. മുഖത്തിനു ചുറ്റുമാർക്കുന്ന ഈച്ചകളെപ്പോലെ പരിചിതരും അപരിചിതരുമായ്. എന്തിനാവുമിതു ചെയ്തത്, എന്നോടെങ്കിലും ഒന്നു സംസാരിക്കാമായിരുന്നു എന്നു പറയും. മച്ചിലൂടെ വലനെയ്തു പശയില്ലാത്ത നുലൂകളിലൂടെ നടക്കുന്ന ചിലന്തിയെപ്പോലെ മരിച്ചുകിടക്കുന്നത് കേൾക്കും. അപ്പോൾ അയാളുടെ/അവളുടെ ചുണ്ടിൽ വിരിയുന്ന പുഞ്ചിരി മറ്റാരും കാണുകയുമില്ല. മരിക്കേണ്ട കാര്യമില്ലായിരുന്നെന്ന് അവരിൽ പലരും ഒളിച്ചു ചൊല്ലിപ്പെറുക്കും. തുടക്കത്തിനും ഒടുക്കത്തിനും ഇടയിൽ അയാൾ പലരോടും ഹൃദയവേദനയുടെ വേനലുകളിൽ ഒരിറ്റു തണൽതേടി നടന്നിരിക്കും. സ്നേഹത്തിന്റെ ഒരു തലോടലേൽക്കാനും തന്നെയൊന്നു കേൾക്കാനും അവരുടെ മുന്നിലൂടെ പലവട്ടം നടന്നിരിക്കും. പറയാതെ പറയുന്ന ശരീരഭാഷ കൊണ്ടൊരായിരം വട്ടം അപേക്ഷിച്ചിരിക്കും.

വെളിച്ചം തിന്നു വിശപ്പകറ്റിയ ഇരുളിലൊറ്റയ്ക്കിരുന്നൊരുവൻ എത്ര വട്ടം നിലവിളിച്ചിരിക്കുമെന്നോ. ഞാനിതാ മരിച്ചുകൊണ്ടിരിക്കുകയാണ്, ഏകാന്തതയുടെ തടവറയിൽനിന്ന് എന്നെ ഒന്നു രക്ഷപ്പെടുത്തെന്ന്. ഞെട്ടറ്റു വീഴുന്നൊരിലയുടെ വിലാപങ്ങളൊരിക്കലും കാറ്ററിയാറില്ല, വീഴും മുൻപെ ഇലയെത്ര ആഗ്രഹിച്ചിരുന്നു, കാറ്റൊരിക്കലെങ്കിലുമൊന്നു തന്നെ കേൾക്കുമെന്ന്. തീർത്തും ആനന്ദകരമായത് മരണംതന്നെയാണ്. നോക്കൂ, മരിക്കാൻ സ്വാതന്ത്ര്യമില്ലാത്ത ഈ ലോകം എത്ര സ്വാർത്ഥമാണെന്ന്. എന്നിട്ടും മനുഷ്യർ മിഥ്യയായ സ്വാതന്ത്ര്യത്തെക്കുറിച്ച് സംസാരിക്കുന്നു. നീയിപ്പോൾ ഞാനാരായിരുന്നു എന്നതിനെക്കുറിച്ചാവുമല്ലെ ആലോചിക്കുന്നത്?

ഞാനത് ആലോചിക്കുകയായിരുന്നു, അയാളെന്റെ മനസ്സ് വായിച്ചു. അക്കാര്യം സമ്മതിക്കുന്നതിനു മുൻപുതന്നെ അയാൾ സംസാരം തുടർന്നു.

കാടു കയറുന്നതായിരുന്നു ഇഷ്ടം. ചെറുപ്പത്തിൽതന്നെ കാടായിരുന്നു എന്റെ ലോകം. കാടെന്നു പറഞ്ഞാൽ ഇരുട്ടു കുത്തി നിൽക്കുന്ന ഉഗ്രൻ കാട്. അതിനുള്ളിലും മനുഷ്യരുണ്ട്. അവരാവട്ടെ കാടിനൊപ്പം ജീവിക്കുന്നവരാണ്. കാട്ടിൽ താമസിക്കുമ്പോൾ നമ്മളിലൊരു കാട് താനെ മുളച്ചുവരും. എല്ലാം പങ്കുവെയ്ക്കുന്ന കാടിന്റെ രീതികളിൽ ഞാനും അലിഞ്ഞുചേർന്നു. നിരന്തരം കാടു കയറിത്തുടങ്ങിയപ്പോഴാണ് കങ്കാണിജോലി ചെയ്യാൻ തുടങ്ങിയത്.

ആദ്യ കാലത്ത് കാട്ടുമരങ്ങൾ തേടിയിറങ്ങിയ കൂപ്പുകാരുടെ വഴികാട്ടിയായിരുന്നു. പക്ഷേ അത് അധികാലം നീണ്ടുനിന്നില്ല. കാടു വെളുപ്പിക്കലായിരുന്നു അവരുടെ ഉദ്ദേശ്യമെന്ന് തിരിച്ചറിഞ്ഞപ്പോഴായിരുന്നത്. ഫോറസ്റ്റുകാരോട് അവന്മാരെക്കുറിച്ചുള്ള വിവരങ്ങൾ

നൽകിയത് അബദ്ധമായി. നാട്ടിലെ മനുഷ്യരുടെ കാപട്യം തിരിച്ചറിയാൻ എനിക്ക് കഴിഞ്ഞില്ല. വിവരം കൊടുത്ത ഞാൻ കൊള്ളക്കാരനും കൊള്ള നടത്തിയ കൂപ്പുകാർ നല്ലകൂട്ടരുമായി. ദേ, കാലിൽ ഇക്കാണുന്ന അടയാളം ഫോറസ്റ്റുകാരെ വക കിട്ടിയതാണ്. ഒരാഴ്ചയാണ് അവർ എന്നെ ഉപദ്രവിച്ചത്. പുറത്താർക്കും അറിയാത്ത ഫോറസ്റ്റ് ബംഗ്ലാവുകൾ കാട്ടിനകത്തുണ്ട്. അങ്ങനെ ഒന്നിനുള്ളിൽവെച്ച് ദേഹത്തൊരു നൂലുപോലും ഉടുപ്പിക്കാതെ കിടത്തിയതിനു ശേഷമായിരുന്നു പ്രയോഗങ്ങൾ മുഴുവൻ.

വീട്ടിത്തടിയുടെ കട്ടികുറഞ്ഞ റൂളറ് വെച്ച് ദേഹമാകെ രണ്ടുപേരു ചേർന്ന് ഉരുട്ടുകയായിരുന്നു ആദ്യം ചെയ്തത്. ചോരയൊന്നും പൊടിയത്തില്ല, പക്ഷേ സഹിക്കാൻ പറ്റാത്ത വേദനയാണതിന്. അതു കഴിഞ്ഞപ്പോൾ പുതിയ രണ്ടുപേർ വന്നു. ഒരു ബെഞ്ചിൽ കിടത്തിയതിനുശേഷം കാട്ടുവള്ളികൊണ്ട് ബെഞ്ചിൽ ചേർത്തുവെച്ചു കെട്ടി. ഒച്ച വെയ്ക്കാതിരിക്കാൻ വായിലൊരു പഴന്തുണി തിരുകിവെച്ചു. അതിനുശേഷം കാൽവെള്ളയിൽ നിർത്താതെ അടിച്ചു. അടിയെന്നു പറഞ്ഞാൽ കാട്ടുചൂരല് വെച്ചുള്ള അടിയാണ്. ഓരോ അടിക്കും തലച്ചോറുവരെ പൊട്ടി പുറത്തേക്ക് ചിതറുന്നത്രയും വേദനയായിരുന്നു. ഒരു രാത്രി മുഴുവൻ വാറ്റുചാരായം കുടിച്ചു വീഴുന്നതുവരെ അവന്മാരെന്നെ അടിച്ചു. വേദന സഹിക്കാൻ കഴിയാതെ തൂറിയ എന്നെക്കൊണ്ടുതന്നെ വൃത്തിയാക്കിപ്പിച്ചു. അതിനുശേഷമുള്ള രണ്ടു ദിവസം ആരും വന്നില്ല. വിശപ്പും ദാഹവും സഹിച്ച് ഞാനവിടെ കിടന്നു. ഓടിപ്പോവാമെന്നു വെച്ചാൽ, അതിനു കഴിയാത്ത രീതിയിൽ കയറുവെച്ചു കെട്ടിയിട്ടിരുന്നു.

മൂന്നാമത്തെ ദിവസം ഫോറസ്റ്റുകാരുടെ കൂടെ കൂപ്പ് മുതലാളിയും സഹായിയും വന്നു. വന്നപാടെ അയാളെന്റെ മുഖത്തടിച്ചു. അയാളെ സന്തോഷിപ്പിക്കാനെന്നോണം ഫോറസ്റ്റുകാർ മൂന്നു പേര് വളഞ്ഞിട്ട് തല്ലി. അതാണ് ഇക്കാണുന്ന മുടന്തുണ്ടാക്കിയത്. ചാവുമെന്നായപ്പോൾ അവന്മാരെന്നെ കെട്ടഴിച്ച് വിട്ടു. നിരങ്ങിനിരങ്ങി എങ്ങനെയെല്ലാമോ പരിചയമുള്ള മലയരുടെ കോളനിയിലെത്തി. കുറച്ചു നാളത്തെ അവരുടെ ചികിത്സകൊണ്ട് ജീവൻ ബാക്കിയായി. അന്നത്തെ ആ സംഭവത്തിനുശേഷം കിട്ടിയ അവസരങ്ങളിലെല്ലാം മരം മുറിക്കാൻ വരുന്നവരെ ഞാൻ തനിയെ ഓടിച്ചുവിട്ടിരുന്നു. തനിക്ക് കേൾക്കാൻ താത്പര്യമുണ്ടേൽ ഞാൻ ആ കഥകൂടി പറയാം.

എനിക്കത് കേൾക്കാൻ തോന്നിയെങ്കിലും പ്രത്യേകിച്ചൊന്നും പറഞ്ഞില്ല, കട്ടിലിൽ നിന്നുമെഴുന്നേറ്റ് പുറത്തെ മഴയിലേക്ക് ഇറങ്ങി നടന്നു. അപ്പോൾ അയാളും പിന്നാലെ വന്നു. മുറ്റം നിറഞ്ഞ മഴവെള്ളം വീടിനകത്തേക്ക് ഏതു നിമിഷവും കയറാൻ തയ്യാറെടുത്തു കൊണ്ട് തറയുടെ ഉയരത്തിൽ എത്തിയിരുന്നു. വീടു മൂടുന്നത്രയും മഴ പെയ്യട്ടെയെന്ന് ആഗ്രഹിച്ചുകൊണ്ട് ഞാൻ പടിയിലിരുന്ന് മഴ

വെള്ളത്തിലേക്ക് കാലാഴ്ത്തി. അയാളും എനിക്കരികെ വന്നിരുന്നു. മുറ്റത്തെ വെള്ളത്തിലപ്പോൾ അന്നയുടെ രൂപമുള്ള മത്സ്യകന്യകയെ ഞാൻ കണ്ടു. അയാളോടത് കണ്ടോയെന്ന് ചോദിച്ചതിന് മറുപടി യൊന്നും പറഞ്ഞില്ല. ഗേറ്റിനടുത്തുള്ള മരത്തിലേക്ക് കൈ ചൂണ്ടി കാണിച്ചു. അപ്പോൾ ആ മരത്തിൽ അയാളെത്തന്നെയാണ് കണ്ടത്.

ഒരേസമയം രണ്ടിടത്ത് കണ്ടതിന്റെ ആശ്ചര്യം മറച്ചുവെയ്ക്കാൻ എനിക്ക് കഴിഞ്ഞില്ല, അതിനെക്കുറിച്ച് അയാളോടുതന്നെ ചോദിച്ചു. കാലുകൾ വെള്ളത്തിലേക്ക് കൂടുതൽ ഇറക്കിവെച്ചു കൊണ്ടയാൾ ചിരിച്ചു, ചിരിക്കുമ്പോൾ കഴുത്തിൽ കയർ മുറുകിയ പാട് തെളിഞ്ഞു കണ്ടു. എനിക്കപ്പോൾ അയാളെ ആലിംഗനം ചെയ്യാൻ തോന്നി. പക്ഷേ ഇരുന്നിടത്തുനിന്നും അനങ്ങാൻ കഴിഞ്ഞില്ല. നേരത്തെ കണ്ട മത്സ്യകന്യകയുടെ ചിറകുകൾ എന്നെ വരിഞ്ഞുമുറുക്കിയത് കാരണ മായിരുന്നു അത്. ശ്വാസമെടുക്കാൻപോലും കഴിയാത്തത്ര മുറുക്കെ ആയിരുന്നത്. അതിൽനിന്നും രക്ഷപ്പെടാൻ ഒച്ചവെച്ച എന്നെ അയാൾ ചേർത്തുപിടിച്ച് നെഞ്ചിലേക്ക് അമർത്തിവെച്ചു, പരുപരുത്ത കൈ കൊണ്ടെന്റെ നെറുകയിൽ തലോടി. ഉഷ്ണിച്ചു നിൽക്കുന്ന ഒരു വനെ കാറ്റ് തഴുകുന്നതു കണക്കെ ആയിരുന്നത്. തലോടലിനൊപ്പം അയാൾ ആ കഥ പറയാൻ ആരംഭിച്ചു.

അനുഭവിച്ചതിനെ പിന്നീട് ഓർത്തെടുക്കുമ്പോൾ അതൊരു കഥ യായി ചെറുതാവുന്നത് ഒട്ടും ആശ്വാസകരമല്ല. എന്നിരുന്നാലും ഉള്ളിൽ പേറുന്ന ഭാരം അൽപ്പമെങ്കിലും കുറയുമെന്നത് സന്തോഷ കരമാണ്. ഫോറസ്റ്റുകാരുടെ ഒത്താശയോടെയായിരുന്നു മരങ്ങൾ മുറിച്ചിരുന്നത്. പകൽ മുറിച്ചിടുന്ന മരങ്ങൾ രാത്രികളിലാണ് ലോറി യിൽ കയറ്റി കൊണ്ടുപോവുക. പക്ഷേ ഈ ലോറിക്കാരിൽ ചിലർ പണ്ടെങ്ങോ പ്രേതത്തിനെ കണ്ട കഥ കൂപ്പിലെ പണിക്കാരുടെ ഇട യിൽ രഹസ്യമായും പരസ്യമായും പ്രചരിച്ചിരുന്നു. ചില ഫോറസ്റ്റു കാരും ഈ കഥ പറയാറുണ്ടായിരുന്നു. കുറെക്കാലം രാവും പകലും വ്യത്യാസമില്ലാതെ കാട്ടിൽ അലഞ്ഞതുകൊണ്ട് ആ പറയുന്നതിൽ സത്യമൊന്നും ഇല്ലായിരുന്നൂന്ന് എനിക്കറിയാമായിരുന്നു. അല്ലേലും ജീവിച്ചിരിക്കുന്ന മനുഷ്യനോളം അപകടകാരിയായ മറ്റൊന്നും ഈ ലോകത്തില്ലന്നെ. പക്ഷേ കാടുകയറുന്നവന്മാരോട് നേർക്കുനേർ എതിരിടാൻ കഴിയുകയുമില്ലായെന്ന് ഉറപ്പായപ്പോൾ ഞാനാ പ്രേത കഥയിലേക്ക് സ്വയമിറങ്ങി.

മുറിച്ചിട്ട മരങ്ങൾ കൊണ്ടുപോവുന്ന ലോറിക്കാരെ തടയുക എന്നതായിരുന്നു ഞാൻ ചെയ്യാൻ തീരുമാനിച്ചത്. കാട്ടിനുള്ളിലുണ്ടായി രുന്ന മരപ്പാലങ്ങളാണ് അതിനുവേണ്ടി തിരഞ്ഞെടുത്തത്. ആ മര പ്പാലത്തിനോടു ചേർന്ന് വലിയൊരു കൊക്കയുണ്ടായിരുന്നു. അതി നുള്ളിലേക്ക് മരങ്ങളിലൂടെ മാത്രമേ ചെന്നെത്താൻ കഴിയുകയുള്ളൂ.

രാത്രികളിൽ മരങ്ങളുടെ വള്ളിയിൽ തൂങ്ങി ലോറികളുടെ മുന്നിൽ വട്ടംവെയ്ക്കും. മലയരെ കോവിലിൽ ഉപയോഗിക്കുന്ന കറുപ്പ് ദേഹത്ത് പൂശിയായിരുന്നു ആ അഭ്യാസം. ഇരുട്ടത്ത് പെട്ടെന്ന് മുന്നിലേക്ക് വരുന്ന രൂപം കാണുമ്പോൾ ലോറി നിയന്ത്രണം തെറ്റുമെന്ന എന്റെ ഊഹം തെറ്റിയില്ല. ആറേഴ് ലോറി കൊക്കയിൽ വീണപ്പോൾ അവരാ പണി നിർത്തി. അതോണ്ടു മാത്രമായിരുന്നില്ല അത്, മുറിക്കാനുള്ള മരങ്ങൾ മുഴുവൻ കൂപ്പിലെത്തിയതുകൊണ്ടായിരുന്നു. തേനെടുക്കുന്ന മലയരെ കൂട്ടത്തീപോയ സമയത്താണ് ഞാനാവഴി കണ്ടത്. അവരു തന്നെയാണ് ആത്മഹത്യ ചെയ്യുന്ന മരങ്ങളെക്കുറിച്ചും മൃഗങ്ങളെപ്പറ്റിയും പറഞ്ഞുതന്നത്. ആദ്യമത് ഞാൻ വിശ്വസിച്ചിരുന്നില്ല, പക്ഷേ നാളുകൾകൊണ്ടത് നേരിട്ടു കാണാൻ തുടങ്ങി.

എന്നെ ഏറ്റവും ആശ്ചര്യപ്പെടുത്തിയത് മരങ്ങളുടെ ആത്മഹത്യ ആയിരുന്നു. നിറയെ പച്ചപ്പിൽ നിൽക്കെ അവ പതിയെ വേരുകൾ ചുരുക്കി ജലമെടുക്കാതെ നിൽക്കുന്നതാണ് തുടക്കം. ഇലകളപ്പോൾ നരച്ച മഞ്ഞനിറമണിയും. പതിയെ അവ കൊഴിഞ്ഞുവീഴും. അടുത്ത ഊഴം ശിഖരങ്ങളുടേതാണ്. ഇലകൾ മുഴുവൻ കൊഴിഞ്ഞു തീർന്നാലും ശിഖരങ്ങൾ കുറച്ചു നാളുകൾകൂടെ ജീവിക്കും. മരങ്ങളുടെ ആത്മഹത്യയുടെ ഏറ്റവും ആനന്ദകരമായ സമയം അതാണെന്നു തോന്നിയിട്ടുണ്ട്. വളരെ പതിയെയാണ് അവയുടെ കൊഴിച്ചിൽ. തായ്ത്തടിയിൽനിന്നും അടർന്നു വീഴുന്ന അവ മണ്ണിലേക്ക് അലിഞ്ഞു തുടങ്ങുമ്പോൾ മഴക്കാലം ആരംഭിക്കും. മരങ്ങളുടെ ആത്മഹത്യ പൂർണ്ണമാവുക മഴക്കാലത്താണ്. ഒരു കാറ്റിലൂടെയത് എന്നേക്കുമായി നിലംപതിക്കും. തൊട്ടടുത്തുള്ള മരങ്ങളുടെ ശിഖരങ്ങളെ മുറിപ്പെടുത്തിയാവും ആ വീഴ്ച.

മനുഷ്യരെപ്പോലെതന്നെ, അവരിലും മറ്റുള്ളവരാണ് മരണത്തിന്റെ വേദനകൾ ഏറ്റുവാങ്ങുന്നത്. ഇതൊക്കെ വിശ്വസിക്കുന്നവർ ഈ ലോകത്ത് കുറച്ചുപേരേ കാണുകയുള്ളൂ. പക്ഷേ താനിത് വിശ്വസിക്കുമെന്നുറപ്പുണ്ട്. മീരയെന്നോട് തന്നെക്കുറിച്ചു പറഞ്ഞിട്ടുണ്ട്. കാടിറങ്ങിയതിനുശേഷം എന്നെ കേൾക്കാനുണ്ടായത് അവൾ മാത്രമാണ്. പക്ഷേ നിന്റെ വീടിനോടു ചേർന്നുള്ള സ്ഥലം മരിക്കാൻ തിരഞ്ഞെടുക്കുമ്പോൾ ഇങ്ങനെയൊരു കൂടിക്കാഴ്ച പ്രതീക്ഷിച്ചിരുന്നില്ല, ആർക്കുമറിയാത്ത പ്രകൃതിയുടെ രഹസ്യങ്ങളിൽപെട്ടതാവുമത്.

മൂന്നു കൊല്ലമായി എനിക്കവളെ അറിയാം. കാടു കയറാൻ തോന്നിയ അതേ ആവേശം തന്നെയായിരുന്നു കാടിറങ്ങാനും. വല്ലപ്പോഴും വന്നുപോവുന്ന ഞാൻ നാട്ടിൽ സ്ഥിരമായി താമസിക്കാൻ തുടങ്ങിയപ്പോൾ ഞാനൊറ്റയ്ക്കായതുപോലെ ആയിരുന്നു. ആർക്കുമെന്റെ രീതികൾ മനസ്സിലായിരുന്നില്ല. അതല്ല അവരുടെ രീതികൾ എനിക്ക്

മനസ്സിലാവാത്തതാണെന്നു പറഞ്ഞത് മീരയാണ്. ഭ്രാന്തെടുത്തു പെയ്യുന്ന ഒരു മഴക്കാലത്താണ് അവളെ ആദ്യം കാണുന്നത്.

കാടിറങ്ങിയതിനുശേഷം ടൗണിലെ ഒരു കടത്തിണ്ണയിലായിരുന്നു കിടപ്പ്. വിശപ്പു മാറ്റാൻ വേണ്ടിമാത്രം എന്തെങ്കിലും ജോലി ചെയ്യും. അതു ചിലപ്പോൾ ഹോട്ടലിലെ പാത്രം കഴുകലാവും, കടകളുടെ മുൻപിലുള്ള മാലിന്യങ്ങൾ പെറുക്കലാവും, ബസ്സ്റ്റാന്റിനുള്ളിലെ കക്കൂസ് കഴുകും എന്നു തുടങ്ങി പലതും ചെയ്തിരുന്നു. ഇടയ്ക്ക് നഗരത്തിനോടു ചേർന്നുള്ള പാർക്കിൽ ചെന്നിരിക്കും. അവിടെ വരുന്ന ആളുകളെ നോക്കിയങ്ങനെ രാത്രിയാവോളം ഇരിക്കും. അവിടെ വെച്ചാണ് അവളെ കണ്ടത്, നേരത്തെ പറഞ്ഞ പോലെ ഒരു മഴക്കാലത്ത്. ആരും പുറത്തിറങ്ങാത്ത ആ ദിവസം പതിവു പോലെ പാർക്കിലെ മുളങ്കൂട്ടത്തിനോടു ചേർന്ന് നിർമ്മിച്ച തണൽപ്പുരയിൽ ഇരിക്കുമ്പോൾ മഴ നനഞ്ഞുകൊണ്ട് അവളും കയറിവന്നു. തീർത്തും അലസമായി മഴയത്തുനിന്നും കയറിവന്ന പെൺകുട്ടിയെന്നെ അത്ഭുതപ്പെടുത്തി. ഒരു പുഞ്ചിരി കൊണ്ടവൾ എന്നെ പരിചയപ്പെട്ടു.

ആരോടെങ്കിലും ഒന്നു സംസാരിച്ച ദിവസങ്ങൾ മറന്നു തുടങ്ങിയ എനിക്ക് അവളൊരു കേൾവിക്കാരിയായി. ആ മഴ മാറുന്നതു വരെ അവളെന്നെ കേട്ടു. കേൾക്കുക മാത്രമായിരുന്നില്ല, അവളെന്നെ വിശ്വസിക്കുകകൂടിയായിരുന്നു. വാക്കുകളുടെ കൈമാറ്റത്തിലുപരി മനുഷ്യരിൽ ചിലർ മാത്രമേ അപരിചിതനായ ഒരാളെ വിശ്വസിക്കാൻ തയ്യാറാവുകയുള്ളൂ. മഴ കുറഞ്ഞപ്പോൾ പാർക്കിൽ നിന്നും ഒന്നിച്ചു പുറത്തിറങ്ങി. അന്നു രാത്രിയിലെ വിശപ്പിനെയവൾ മുൻകൂട്ടി കണ്ടെന്നോണം ഭക്ഷണം വാങ്ങി നൽകിയാണ് മടങ്ങിയത്. മടങ്ങുന്നതിനു മുൻപ് നാളെയും കാണാമെന്നു പറഞ്ഞാണ് പിരിഞ്ഞത്. പിറ്റേ ദിവസം അതേസമയത്ത് ഞാനവളെയും കാത്തിരുന്നു. അന്നവൾ വരാതിരുന്നപ്പോൾ ജീവിതത്തിൽ ആദ്യമായി കാത്തിരിപ്പിന്റെ ഗാഢമായ വേദന അനുഭവിച്ചു. അന്നാവട്ടെ പുലരും വരെ മേഘങ്ങൾ നിർജ്ജീവമായി നിന്ന ദിവസമായിരുന്നു.

ഉറക്കമില്ലാതായ ആ രാത്രിയിൽ അവൾ പറഞ്ഞ ഓർമ്മ വെച്ച്, അവളുടെ വീട് ലക്ഷ്യമാക്കി നടന്നു. നിർജ്ജീവമായി നിൽക്കുന്ന മേഘങ്ങൾ ആ രാത്രിയെ തീർത്തും വിഷാദോന്മുഖമാക്കിയിരുന്നു. നക്ഷത്രങ്ങളൊന്നുമില്ലാതെ തീർത്തും ഇരുളിമിയാർന്ന ആ രാത്രിയെ അൽപ്പമെങ്കിലും വെളിച്ചം കുടിപ്പിച്ചത് മുനിഞ്ഞുകത്തുന്ന വഴിവിളക്കുകളും വാഹനങ്ങളിൽനിന്നുള്ള കൃത്രിമ വെളിച്ചങ്ങളുമായിരുന്നു. പക്ഷേ നഗരാതിർത്തി കഴിഞ്ഞപ്പോൾ അതും ഇല്ലാതായി. പുലർച്ചെയോടെ അവൾ അടയാളം പറഞ്ഞ സേവ്യർ പള്ളിയുടെ മുന്നിലെ കുരിശുകൂട്ടിനടുത്ത് എത്തി. ആളുകൾ നടക്കാനും മറ്റും

ഇറങ്ങിയിരുന്നപ്പോൾ, അവരിൽ പലരും അപരിചിതനായ എന്നെ സംശയത്തോടെ വീക്ഷിച്ചു.

ഗ്രാമം കാടിനെപ്പോലെ തന്നെയാണ്. അപരിചിതമായ ഒന്നിനെയവർ സാകൂതം വീക്ഷിക്കും. തങ്ങൾക്ക് അപകടം വരുത്തില്ലെന്ന് ഉറപ്പാവുന്നതുവരെ അത് തുടരും. പക്ഷേ അവിടെ നിന്നും എങ്ങോട്ടു പോവണമെന്നോ മീരയെന്ന പേരു മാത്രം വെച്ച് അവളെ കണ്ടെത്തുന്നത് എങ്ങനെ കഴിയുമെന്നോ എനിക്ക് അറിയില്ലായിരുന്നു. അവിടെ അധികനേരം നിൽക്കുന്നതിൽ കാര്യമില്ലെന്നു തോന്നിയപ്പോൾ നഗരത്തിലേക്കുതന്നെ മടങ്ങാൻ തുനിഞ്ഞു. അപ്പോഴാണ് പള്ളിയിൽനിന്നുള്ള മരണഅറിയിപ്പ് കേട്ടത്. എന്നാൽ അയാളെ അവസാനമായി കാണാമെന്നു കരുതി. ജീവിച്ചിരിക്കുമ്പോൾ ഒരിക്കൽപോലും കാണാത്ത ഒരാളെ മരണത്തിനു ശേഷം കാണുന്നതിലെ സ്വാർത്ഥമായ സന്തോഷമായിരുന്നത്.

ആളുകൾ കൂടുതലായി വരാൻ തുടങ്ങിയപ്പോൾ ഞാൻ പള്ളിയോടു തൊട്ടടുത്തുള്ള ശ്മശാനത്തിലേക്ക് ചെന്നു. കാടു പിടിച്ചിരിക്കുന്ന ആ ശ്മശാനം കണ്ടപ്പോൾ എനിക്ക് സങ്കടം വന്നു. ശവക്കല്ലറകൾക്കു ചുറ്റിലും നിറയെ പൂച്ചെടികൾ നട്ടുപിടിപ്പിച്ചാൽ മനോഹരമായൊരു പൂന്തോട്ടമായി അതിനെ മാറ്റിയെടുക്കാൻ കഴിയുമെന്നു വെറുതെ ആലോചിച്ചുകൊണ്ട് പുതുതായി അവിടേക്കു വരുന്ന ആളെ സ്വീകരിക്കാൻ തയ്യാറാക്കുന്ന ശവക്കുഴിക്കരികെ ചെന്നുനിന്നു. മധ്യവയസ്കനായ ഒരാളായിരുന്നത് ചെയ്തിരുന്നത്. എന്നെ കണ്ടപ്പോൾ ഒന്നു സംശയിച്ചു നോക്കി, പിന്നെ അയാളുടെ പ്രവൃത്തി തുടർന്നു.

രാത്രി മുഴുവൻ കെട്ടിനിന്ന മഴയപ്പോൾ ആർത്തലച്ചു പെയ്യാൻ തുടങ്ങി. മൺവെട്ടി കണക്കെ മഴ ഭൂമിയിലേക്ക് ആഞ്ഞുപതിച്ചു. ഓരോ തുള്ളിയുടേയും കനം ദേഹത്തു വീണു വേദനിപ്പിച്ചപ്പോൾ അയാൾ കുഴിവെട്ടു നിർത്തി തൊട്ടടുത്തുള്ള ചെറിയ കെട്ടിടത്തിലേക്ക് കയറി. ഓടു മേഞ്ഞൊരു പഴയ മട്ടിലുള്ള ഒറ്റമുറി കെട്ടിടമായിരുന്നു അത്.

തൊട്ടടുത്തുള്ള ശവക്കല്ലറയ്ക്ക് മുകളിലേക്ക് ചാഞ്ഞുകിടക്കുന്ന രീതിയിലായിരുന്നത്. അവിടെ നിന്നുകൊണ്ട് അയാൾ മഴയെ ശപിക്കുന്നുണ്ടായിരുന്നു. അതു കണ്ടപ്പോൾ മഴയിലേക്കിറങ്ങി അയാൾ പണി പാതിയാക്കിയ കല്ലറയ്ക്കരികിലേക്ക് ചെന്നു. കുത്തിയൊലിച്ചു വരുന്ന മഴവെള്ളം കല്ലറയ്ക്കുള്ളിലേക്ക് ഇരച്ചിറങ്ങാൻ തുടങ്ങിയിരുന്നു. ഞാനപ്പോൾ തൂമ്പയെടുത്ത് അതിനു ചുറ്റിലുമൊരു തടം കെട്ടി, വെള്ളത്തെ മറ്റൊരു വഴിയിലേക്ക് തിരിച്ചുവിട്ടു. കുറേ നേരത്തെ കഠിനമായ ജോലിയായിരുന്നത്. മഴയാണെങ്കിൽ ഒട്ടും ദയയില്ലാതെ പെയ്യുകയായിരുന്നു. കല്ലറയ്ക്കുള്ളിലേക്ക് വെള്ളം ഇറങ്ങുന്നില്ലെന്ന് ഉറപ്പായപ്പോൾ കുഴിവെട്ടുകാരൻ എനിക്കരികിലേക്ക് വന്നു, നനഞ്ഞു നിൽക്കുന്ന എനിക്കയാളൊരു ബീഡി കത്തിച്ചു നൽകി.

ബീഡി വലിച്ചുകൊണ്ട് അയാളുടെ അടുത്തു നിന്നു, കല്ലറയിൽ നിന്നുള്ള മണ്ണും ചെളിയും കോരിയെടുത്തു പുറത്തിടുന്നതിനൊപ്പം അയാളെന്നോട് നാടിനെക്കുറിച്ചും വീടിനെക്കുറിച്ചുമെല്ലാം ചോദിച്ചറിഞ്ഞു. ആ രണ്ടു കാര്യത്തിലും പ്രത്യേകിച്ച് ഒന്നുമില്ലെന്ന് അറിഞ്ഞപ്പോൾ അയാളൊന്നു ചിരിച്ചു. ബേബിയെന്നാണ് അയാളുടെ പേരെന്നും കുഴിവെട്ടു ബേബിയെന്നു പറഞ്ഞാൽ നാട്ടിലുള്ള എല്ലാവർക്കും തന്നെ അറിയാമെന്നും പറയുമ്പോൾ ആ തൊഴിലിൽ ബേബിക്ക് സന്തോഷവും അഭിമാനവുമുണ്ടെന്നു മനസ്സിലായി. ഒരു മകളും ഭാര്യയുമാണ് തനിക്കുള്ളതെന്ന് പറഞ്ഞുകൊണ്ട് ബേബി കുഴിയുടെ അവസാന മിനുക്കുപണിയിലേക്ക് കടന്നു. അതിനിടയിൽ മൂന്നാലു പേര് വന്ന് കല്ലറയ്ക്കു മുകളിൽ പ്ലാസ്റ്റിക് പടുത വെച്ച് പന്തൽ കെട്ടി,

‘‘ബേബിച്ചന്റെ പുതിയ കൈക്കാരനാവുമല്ലേ?’’

അക്കൂട്ടത്തിൽ പ്രായം ചെന്ന ആള് എന്നെ നോക്കി ചോദിച്ചു.

‘‘ആം, ഇച്ചരെ ദൂരയുള്ളോരു കൂട്ടാരനാണ്, ഇനിയിവിടെ കാണും.’’

മൺവെട്ടി എന്റെ കൈയിലേക്ക് തന്നുകൊണ്ടാണ് ബേബി അയാളോട് മറുപടി പറഞ്ഞത്. ഞാനപ്പോൾ കുഴിയിലേക്കിറങ്ങി.

മഴയടങ്ങുന്ന ലക്ഷണം ഇല്ലായിരുന്നു. ശവപ്പെട്ടിയും ചുമന്നുകൊണ്ട് കുറച്ചാളുകൾ അവിടേക്ക് വന്നു. അവരുടെ ചടങ്ങ് തീരുന്നതുവരെ ഞാനുമവിടെ നിന്നു. നൂലുപോലുള്ള ഒരാളായിരുന്നു മരിച്ചത്. അയാൾക്ക് കിടക്കാൻ അത്രയും വലിയൊരു കുഴിയുടെ ആവശ്യമില്ലായിരുന്നു. ആളുകൾ മുഴുവൻ പിരിഞ്ഞുപോയതിനു ശേഷം ബേബിയുടെ കൂടെ പുറത്തിറങ്ങി. ആ നാട്ടിൽ വന്നിറങ്ങിയപ്പോൾ തീർത്തും അപരിചിതനായിരുന്ന ഞാൻ എത്ര പെട്ടെന്നാണ് പരിചിതനായതെന്ന് ഓർത്ത് സ്വയം അത്ഭുതം തോന്നി.

പള്ളിമുറ്റത്തുകൂടി പുറത്തേക്കിറങ്ങുമ്പോൾ ചുരുളൻമുടിക്കാരനായ ഒരു ചെറുപ്പക്കാരൻ ഞങ്ങളുടെ അടുത്തേക്ക് വന്നു. ഖദർ വസ്ത്രം ധരിച്ച അവന്റെ മുഖത്തെ തെളിച്ചത്തിലേക്കാണ് ഞാൻ നോക്കിയത്. കുരിശിൽക്കിടന്നിരുന്ന കർത്താവ് വെള്ളയുടുപ്പണിഞ്ഞ് മുന്നിൽ നിൽക്കുന്നതാണെന്നാണ് എനിക്കപ്പോൾ തോന്നിയത്. ബേബി അവന് എന്നെ പരിചയപ്പെടുത്തി.

‘‘അൽപ്പം തിരക്കുണ്ട്, മീരയേയും കൂട്ടി റാഹേലമ്മച്ചിയെ കാണാൻ പോവുകയാണെന്ന്’’ അവൻ പറഞ്ഞു കേട്ടപ്പോൾ എന്റെയുള്ളിൽ പറഞ്ഞറിയിക്കാൻ കഴിയാത്തത്രയും സന്തോഷം നിറഞ്ഞു. പക്ഷേ അവളെ കാണാനാണ് വന്നതെന്ന് എങ്ങനെ അവരോട് പറയണമെന്ന് ഓർത്തുനിൽക്കേ ഞങ്ങളും ആ വഴിക്കാണെന്നു പറഞ്ഞ് ബേബി എന്നേയും കൂട്ടി അവന്റെ കാറിലേക്ക് കയറി. ഞാനപ്പോഴും

ആലോചിച്ചത് മീരയെ കാണാനാണ് വന്നതെന്ന് അവരോട് എങ്ങനെ പറയുമെന്നതു തന്നെയാണ്. ആലോചനകളിൽ വെന്തിരിക്കേ ഇരു വശത്തും പാടമുള്ള ഒരു റോഡിലേക്ക് കാർ കയറി. വെള്ളം നിറഞ്ഞു നിൽക്കുന്ന ആ പാടത്ത് നിറയെ മീനുകളാവുമെന്നു മനസ്സിൽ കരുതി.

''ലൂതറേ ഇക്കൊല്ലം നെറച്ച് മീനുണ്ട്. ഞാനിന്നു രാത്രി എറങ്ങുന്നുണ്ട്, നീയൂടെ കൂടുന്നോ?''

''ഓ, ഞാനില്ല, ഇന്നു രാത്രീല് ഒരു പരിപാടി പിടിച്ചിട്ടുണ്ട്, നമ്മുടെ കൊല്ലൂക്കാരന്റെ മോളെ കല്യാണം. ഇന്നിനി ഒരു നേരമാവും. അതോണ്ടാണ് മീരയ്ക്ക് കൊടുക്കാനുള്ള പുസ്തകം ഇപ്പോ ഓടിച്ചെന്നു കൊടുക്കുന്നത്. ഇല്ലേലവള് സമാധാനം തരത്തില്ല.''

''അതു ശരി, എന്നാലിന്നുതന്നെ മീൻ പിടിക്കാൻ ഇറങ്ങണം, അവനെന്നെ കല്യാണത്തിന് വിളിച്ചിട്ടില്ല. ചത്തു കെടക്കുമ്പോൾ ഞാൻതന്നെ കുഴിവെട്ടുകയും വേണം. അല്ലേലും വലിയ ആൾക്കാരുടെ കല്യാണത്തിനൊന്നും കുഴിവെട്ടുകാരെ വിളിക്കാറില്ല. എടാ ലൂതറേ നീയെന്നെ വിളിക്കണേ. നിന്റപ്പൻ ചെലപ്പോ സമ്മതിക്കത്തില്ല, എന്നാലും നിന്റെ കെട്ടിന് ഞാൻ കൂടും.''

''ബേബിച്ചേട്ടാ, നിങ്ങളെ വിളിക്കാതെ ഞാൻ കെട്ടത്തില്ല.''

''നിന്നെയിനിക്ക് വിശ്വാസമാണ്, ആ പെണ്ണിന് എന്തോ ജോലി ആയെന്നു കേട്ടല്ലോ?''

''അതെ, മീരയിപ്പോൾ ടൗണിൽ ജോലിക്കു പോവുന്നുണ്ട്. നല്ല കമ്പനിയാണ്. ഇന്നെന്തോ അവധിയാണ്. അവളെ അടുത്തൂന്ന് കറച്ചു പുസ്തകങ്ങൾ എടുത്തിരുന്നു, അതു കൊടുക്കാനാണ് ഈ നേരത്ത് പോവുന്നത്.''

''അല്ലാതെ റാഹേലമ്മച്ചീടെ അടുത്തേക്കല്ല, ഞാൻ വിശ്വസിച്ചേക്കാം.''

''അതെന്നതാ ബേബിച്ചേട്ടാ, ഒരു മുനവെച്ചുള്ള പറച്ചില്.''

''മുനയൊന്നുമില്ലെന്റെ ലൂതറേ, നിങ്ങള് രണ്ടും കൂടെ ആ വട്ടത്തിതള്ളയുടെ വീട്ടിലാണ് പോവുന്നതെന്ന് ഈ നാട്ടുകാർക്കു മുഴുവനറിയാവുന്നതാണ്. അവരത് കലുങ്കിലിരുന്നും കുർബാനയ്ക്കെടേലും പറയുന്നു, ഞാനാണേൽ നെന്നോട് നേരിട്ടു പറയുന്നു. അത്രേള്ളൂ.''

അത്രയും പറഞ്ഞ് ബേബി എനിക്കു നേർക്ക് തിരിഞ്ഞു.

''എടോ താനിതൊന്നും കാര്യമാക്കണ്ട, ഞങ്ങളിങ്ങനെ നാട്ടുകാര്യം പറഞ്ഞതാണ്. എന്നാൽ താനിത് കേൾക്കുന്നതിന് കുഴപ്പമൊന്നുമില്ല. ഇനി ഇവിടത്തുകാരനായി അങ്ങു കൂടാമെന്നേ, ആരേലും ചത്താൽ കുഴിവെട്ടാനുണ്ടാവും. അല്ലാത്തപ്പോൾ നമുക്ക് മീൻ പിടിച്ചും ചീട്ടു കളിച്ചും സമയം പോക്കാം. തിന്നാനുള്ളത് വീട്ടീന്ന് തരും. പക്ഷേ കെടക്കാൻ താനൊരു സ്ഥലം കാണണം. പ്രായം

തെകഞ്ഞു നിക്കുന്ന ഒരു പെങ്കൊച്ച് വീട്ടിലുണ്ടേ. ഇല്ലേൽ തനിക്കവിടെ കൂടാമായിരുന്നു. പെങ്കൊച്ചുങ്ങളുള്ള എല്ലാ അപ്പനും അമ്മയ്ക്കും ആധിയാണ്. കാലമതാടോ, അല്ലാതെ തന്നെ പേടിച്ചിട്ടല്ല. ലൂതറ് വിചാരിച്ചാൽ റാഹേലമ്മച്ചീടെ വീടിന്റെ ചായ്പിൽ കിടക്കാനുള്ള ഏർപ്പാട് കിട്ടും''

''അതിന് അമ്മച്ചിവേണം, അല്ലാത്തപ്പോൾ വട്ട് തള്ള, ഞാനൊന്നു സംസാരിച്ചു നോക്കാം, ഉറപ്പൊന്നുമില്ല. ഇയാളിനി വല്ല പ്രശ്നക്കാരനുമാണോന്ന് ആർക്കറിയാം.''

പ്രശ്നക്കാരനാണോന്ന് അവൻ പതുക്കെയാണ് പറഞ്ഞതെങ്കിലും ഞാനത് കേട്ടു. അതിൽ അവനെ കുറ്റം പറയാൻ പറ്റില്ലായിരുന്നു. പക്ഷേ എനിക്കത് വലിയ അപമാനമായി തോന്നി. ആദ്യമായിട്ടല്ല കേൾക്കുന്നതെങ്കിൽകൂടിയും കണ്ണുകൾ നിറഞ്ഞു. അവരത് കാണാതിരിക്കാൻ പുറത്തെ കാഴ്ചകളിലേക്ക് നോക്കിയിരുന്നു. ഒരു വളവിനപ്പുറം കാർ നിർത്തി ഇറങ്ങുമ്പോഴും തിരികെ പോവാമെന്നു മനസ്സ് മന്ത്രിച്ചു. പക്ഷേ ഞങ്ങളിറങ്ങിയത് മീരയുടെ മുൻപിലേക്കായിരുന്നു. പുറംതിരിഞ്ഞു നിൽക്കുന്ന അവളെ ബേബി പേരെടുത്ത് വിളിച്ചതായിരുന്നു. എന്നെ കണ്ട അവളുടെ മുഖത്തെ ആശ്ചര്യം കുറെ നേരത്തേക്ക് നീണ്ടു.

''കങ്കാണി ഇവിടെ?''

അൽപ്പനേരത്തെ ആശ്ചര്യത്തിനു ശേഷം അവൾ ചോദിച്ചപ്പോൾ രാത്രിയിൽ നഗരംവിട്ടു നടന്ന് പള്ളിക്കരികിൽ എത്തിയതുവരെയുള്ള കാര്യങ്ങൾ ഞാനും അതിനു ശേഷമുള്ളത് ബേബിയുമാണ് പറഞ്ഞത്. എല്ലാം കേട്ടുകൊണ്ടു നിന്ന ലൂതറിന്റെ മുഖത്ത് ആദ്യമായി കണ്ടപ്പോൾ തോന്നിയ യേശുവിന്റെ പുഞ്ചിരിയായിരുന്നു.

''അപ്പോൾ നിങ്ങള് കൂട്ടുകാരാണ്, എന്നാ ഞാൻ നടക്കാണ്. ഇവിടെ കൂടാമെങ്കിൽ നേരത്തെ പറഞ്ഞതൊന്നും മറക്കണ്ട.''

ബേബി ആരോടെന്നില്ലാതെ പറഞ്ഞ് ഒരിടവഴിയിലേക്കിറങ്ങി മറഞ്ഞു.

പൊടുന്നനെ വീടിനെയാകമാനം കുലുക്കിയൊരു മിന്നലും ഇടിയും മുറ്റത്തേക്ക് വന്നുപതിച്ചു. അതിന്റെ ശക്തിയിൽ മുറ്റത്തുണ്ടായിരുന്ന പുളിമരം വെന്തുവീണു. നെറ്റിയിലത്ര നേരവും ഉണ്ടായിരുന്ന തണുപ്പ് അപ്രത്യക്ഷമായി. ഞെട്ടിയുണർന്ന് ഞാനയാളെ തിരഞ്ഞു. അവിടെയെങ്ങും അയാളില്ലായിരുന്നു. മുറ്റത്തെ വെള്ളത്തിൽ കാലുകുത്തിയിരിക്കുന്ന എന്റെ നിഴൽ അപ്പോൾ വന്നിറങ്ങിയ നീലമിന്നലിൽ വ്യക്തമായി കണ്ടു. അതേ നിമിഷത്തിൽതന്നെ അന്നയുടെ രൂപമുള്ള മത്സ്യകന്യക വീടിനകത്തേക്ക് കയറുകയും ചെയ്തിരുന്നു. അതൊരു തോന്നലാവുമെന്നു കരുതി ഞാനകത്തേക്ക് ചെന്നപ്പോൾ മീൻവെട്ടുകാരന്റെ മടിയിൽ തലവെച്ചു കിടക്കുന്ന അന്നയെ കണ്ടു. എന്നെ

കണ്ടതും അവൾ എഴുന്നേറ്റിരുന്നു. ദേഹമാസകലം കൊതുമ്പലുകളുള്ള അവളെ മീൻവെട്ടുകാരൻ പതിയെ തഴുകി, വിരലുകൾ അവളുടെ ഉടലാകെ പരതിനടന്നു. വലംകൈകൊണ്ട് തഴുകിയിരിക്കെ ഇടംകയ്യിൽ വീതിയുള്ള കത്തിയെടുത്ത് അയാൾ അവളുടെ മുതുകിൽ തിരശ്ചീനമായൊരു വരയിടാൻ തുടങ്ങിയപ്പോൾ അന്ന പിടഞ്ഞെഴുന്നേറ്റ് എന്റെ നെഞ്ചിൽ വന്നുവീണു. അവളുടെ ദേഹത്തുള്ള കൊഴുത്ത ജലം അപ്പോൾ എന്നിലും പടർന്നു. മീൻവെട്ടുകാരനപ്പോൾ കൂടുതൽ ശക്തിയാർജ്ജിച്ച് ഞങ്ങൾക്കു നേർക്ക് പാഞ്ഞടുത്തു. വായുവിലുയർന്ന അയാളുടെ കൈയിലെ കത്തിയിൽനിന്നും മിന്നലുകളുതിർന്നു വീണു.

നെഞ്ചിലമർന്നു നിൽക്കുന്ന അവളെ വലിച്ചെടുക്കാനുള്ള എന്റെ ശ്രമം ദയനീയമായി പരാജയപ്പെട്ടു. നിലത്തേക്കു വീണ എന്റെ അരക്കെട്ടിൽ ചവിട്ടി നിന്നുകൊണ്ടയാൾ അവളുടെ ചിറകുകളിൽ പിടിച്ചുയർത്തി, അരുമയായ വളർത്തുമൃഗത്തെ തലോടുന്നതുപോലെ അവളെ ആകമാനം ആ കത്തികൊണ്ടുഴിഞ്ഞു. കഴുത്തും മുതുകും ചേരുന്നിടത്തേക്കു കത്തിയമർത്താൻ തുടങ്ങിയപ്പോൾ കണ്ണുകളടച്ചു പിടിച്ചു ഞാൻ, ഒരു നിമിഷത്തിനപ്പുറം അവളുടെ ചിറകുകൾ അറുത്തിടുന്നതു കാണാനാവാതെ നിലവിളിച്ചു.

പെട്ടെന്ന് എന്റെ ശരീരത്തിലെ കനമൊഴിഞ്ഞതും ആർത്തനാദത്തോടെ അയാൾ പിന്നോക്കം മറിഞ്ഞുവീണതും ഒരുമിച്ചായിരുന്നു. വീണുകിടന്ന അയാളുടെ ശിരസ്സപ്പോൾ മുൻപു ഞാൻ കണ്ട കയർ കുരുങ്ങിയ അടയാളത്തിനു മുകളിൽ വെച്ച് വേർപ്പെട്ടിരുന്നു. നോക്കിനിൽക്കെ തുറന്നിട്ട വാതിൽ കടന്ന് അയാളുടെ ഉടൽ മഴയിലേക്കിറങ്ങി. വലിയൊരു മിന്നലേറ്റത് പൊട്ടിയടർന്നു വീണു മഴവെള്ളത്തിനൊപ്പം പുഴയിലേക്ക് ഒലിച്ചുപോയി. കാറ്റൊഴിഞ്ഞ പന്തുപോലെ കിടന്ന ശിരസ്സ് മുറിയിലെ ചൈനീസ് മണിയിൽ കുരുങ്ങിനിന്നു.

അപ്പോഴാണ് ലീനയുടെ അച്ഛനെ ഞാൻ കണ്ടത്. അയാളുടെ കൈയിലപ്പോഴും ഒരു കുരുക്കുണ്ടായിരുന്നു. എല്ലാം കണ്ടുകൊണ്ടിരുന്ന അന്ന അപ്പോൾ കരയിൽ പിടിച്ചിട്ട മത്സ്യത്തെപ്പോൽ പിടച്ചു. അയാളവളെ ചുമലിലെടുത്ത് മുറ്റത്തേക്കിറങ്ങി പുഴ ലക്ഷ്യമാക്കി നടന്നു. അയാൾ പുഴയിലേക്കുള്ള വഴിയിലേക്കിറങ്ങിയപ്പോൾ തുറന്നിട്ട ജനലിലൂടെ കങ്കാണി അകത്തേക്കു കയറിവന്നു. അയാൾ അത്ര നേരവും എവിടെ ആയിരുന്നെന്ന് ആലോചിക്കുമ്പോൾ അയാൾ വന്നുകയറിയ അതേ വഴിയിലൂടെ റാഹേലമ്മച്ചിയും കയറിവന്നു. അമ്മച്ചിയുടെ കൈയിൽ മീര പറഞ്ഞ പിയാനോയുമുണ്ടായിരുന്നു. എന്താണ് സംഭവിക്കുന്നതെന്ന് മനസ്സിലാവുംമുൻപ് കങ്കാണിയുടെ പെരുവിരൽ എന്റെ നെറ്റിയിലമർന്നു. ഒരു നിമിഷത്തിനപ്പുറം ഞാൻ വീണ്ടും അബോധാവസ്ഥയിലേക്ക് വീണു. പക്ഷേ അവിടെവെച്ച് അമ്മച്ചി പറയുന്നതു മുഴുവൻ കേൾക്കാൻ കഴിഞ്ഞു.

റാഹേലമ്മച്ചി പറഞ്ഞ ആത്മഹത്യയുടെ രസതന്ത്രങ്ങൾ

റാഹേൽ മാത്യു എന്ന റാഹേലമ്മച്ചി.

ഇരുപതാം വയസ്സിൽ നേഴ്സിംഗ് കഴിഞ്ഞ് കുവൈറ്റിലോട്ടാണ് പോയത്. അവിടത്തെ ഗവൺമെന്റ് ആശുപത്രിയിലായിരുന്നു ജോലി. ഇന്നത്തെപ്പോലെ മൊബൈൽ ഫോണോ, കംപ്യൂട്ടറോ ഇല്ലാത്ത കാലമായിരുന്നത്. ഡ്യൂട്ടി കഴിഞ്ഞാൽ ആശുപത്രീടെ വണ്ടീൽ മുറിയിലേക്ക് ചെല്ലും. മൂവാറ്റുപുഴക്കാരി ലിസിയും വയനാട്ടുകാരി റോസമ്മയും ആയിരുന്നു കൂട്ടുമുറിക്കാർ. അലക്കും കുളീം കഴിഞ്ഞാൽ ഞങ്ങൾ മൂന്നുപേരും വർത്താനം പറഞ്ഞിരിക്കും. അതിനെടേൽ തന്നെ കഴിക്കാനുള്ളത് ഉണ്ടാക്കുകയും ചെയ്യും. ഒറ്റ നേരത്തെ വെപ്പാണ്, മൂന്നു നേരവും അതുതന്നെ കഴിക്കും.

ഉച്ചയാവുമ്പോൾ മൂന്നിൽ ഒരാൾ മാത്രമേ മുറിയിൽ കാണത്തുള്ളൂ. മറ്റു രണ്ടുപേർ ഡ്യൂട്ടിക്ക് കയറും. അങ്ങനെ ഒറ്റയ്ക്കിരുന്നു മടുക്കുമ്പോൾ ഞാൻ പുറത്തോട്ടിറങ്ങും. അധികം ദൂരത്തേക്കൊന്നും പോവില്ല. അടുത്തുള്ള ഒരു ഇക്കയുടെ ചെറിയ ഗ്രോസറിയിൽ കുറച്ചു നേരം ചെന്നുനിൽക്കും. അവരാണ് എനിക്ക് പുസ്തകങ്ങൾ വായിക്കാൻ തരാറുണ്ടായിരുന്നത്. സത്യത്തിൽ പഠിക്കുന്ന സമയത്ത് ഒത്തിരി പുസ്തകങ്ങൾ വായിച്ചിരുന്നെങ്കിലും അവിടെ പുസ്തകങ്ങൾ വായിക്കുന്ന ആളുകൾ ഉണ്ടാവുമെന്നു പ്രതീക്ഷിച്ചിരുന്നില്ല. പ്രത്യേകിച്ച് അന്ന് അമ്പത് വയസ്സെങ്കിലും പ്രായമുള്ള അയാൾ വായിക്കുമെന്ന് ഒട്ടും കരുതിയിരുന്നില്ല. പക്ഷേ മനുഷ്യരെക്കുറിച്ചുള്ള എല്ലാ ചിന്തകളേയും അയാൾ മാറ്റിമറിച്ചു.

മൂന്നു വർഷം കൂടുമ്പോൾ രണ്ടോ മൂന്നോ മാസത്തെ ലീവിന് നാട്ടിൽ പോയി വരുമ്പോൾ പുസ്തകങ്ങളുടെ വലിയൊരു പെട്ടിയുമായാണ് അയാൾ വരാറുണ്ടായിരുന്നതെന്നു കേട്ടപ്പോൾ എനിക്കയാളുടെ കാലിൽ വീണ് മാപ്പു പറയാൻ തോന്നി. കാരണം അത്രമാത്രം ഞങ്ങൾ മൂവരും അയാളെ കളിയാക്കി സംസാരിച്ചിട്ടുണ്ട്. വെറുതെ ചുറ്റിക്കറങ്ങി സമയം പോക്കാതെ വല്ലതും വായിച്ച് മുറിയിൽ

ഇരുന്നാൽ പോരേയെന്ന് അയാൾ ചോദിച്ചപ്പോൾ, ഇവിടെ പുസ്തക ങ്ങൾ എവിടെ കിട്ടുമെന്ന എന്റെ മറുചോദ്യത്തിന് മറുപടി പറയാതെ ഇരുന്നിടത്തുനിന്നും എഴുന്നേറ്റ് കൂടെവരാൻ പറഞ്ഞു. കടയോടു ചേർന്നുള്ള അയാളുടെ മുറിയിലേക്കാണ് കൊണ്ടുപോയത്. ഗ്രോസറി സാധനങ്ങൾ കൂട്ടിയിട്ട ആ ചെറിയ മുറിയുടെ മറ്റൊരു ഭാഗം ഒരു ലൈബ്രറിപോലെ പുസ്തകങ്ങൾ അടുക്കിവെച്ചിരുന്നു. അതിനോടു ചേർന്നാണ് അയാൾ വെറും നിലത്ത് കിടന്നിരുന്നത്.

ആ കൂട്ടത്തിൽനിന്നും ഇഷ്ടമുള്ളവ എപ്പോൾ വേണമെങ്കിലും വന്ന് എടുത്തു കൊണ്ടുപോവാൻ പറഞ്ഞ് അയാൾ കടയിലേക്ക് മടങ്ങി. ഉറൂബിന്റെ ഉമ്മാച്ചു എന്ന പുസ്തകമാണ് അന്നവിടെ നിന്നും എടുത്തത്. പിന്നീടുള്ള ഒരോ ദിവസങ്ങളിലും ഞാനാ പുസ്തക ക്കുന്നു കയറിയിറങ്ങി. സിൽവിയ പ്ലാത്തിനെ ആദ്യമായി വായിച്ചതും ആ പുസ്തകശേഖരത്തിൽനിന്നു തന്നെയാണ്. റോസിയുടെ ആത്മ ഹത്യയാണ് അവിടെനിന്നും മടങ്ങാൻ കാരണമായത്. ഞാനും ലിസിയും ഡ്യൂട്ടിക്ക് പോയ സമയത്തായിരുന്നത്. അത്ര നാളും ഞങ്ങളുടെ കൂട്ടത്തിൽ ഏറ്റവും സന്തോഷത്തോടെ ജീവിച്ചിരുന്നത് അവളായി രുന്നു. പക്ഷേ ആശുപത്രിയിൽ നിന്നും എടുത്തുകൊണ്ടുവന്ന ഗുളിക അമിതമായി കഴിച്ചാണവൾ മരണത്തിന്റെ സ്വാതന്ത്ര്യത്തിലേക്ക് പോയത്. അതിന്റെ പേരിൽ അന്വേഷണവും തെളിവെടുപ്പുമായി ഞങ്ങൾ രണ്ടുപേരും കുറെ അലഞ്ഞിരുന്നു, അന്നവളോട് ദേഷ്യം തോന്നിയിരുന്നു. ഒരാളുടെ മരണം കൂടെയുള്ളവരെ അകാരണമായി ബാധിക്കുന്നത് അനുഭവത്തിലൂടെ അറിയുകയായിരുന്നു.

മൂന്നാം മാസം ഞാനവിടത്തെ ജോലി രാജിവെച്ചു. റോസമ്മ പിന്നേയും കുറെനാൾ അവിടെ ജോലി ചെയ്തിരുന്നു. നാട്ടിലേക്ക് മടങ്ങിയെത്തിയ എനിക്ക് കടുത്ത വിഷാദരോഗം പിടിപെട്ടിരുന്നു. പക്ഷേ ഇന്നത്തെപ്പോലെ ഡോക്ടറെയൊന്നും കാണിച്ചില്ല. ലിസ യുടെ ശവം കണ്ടു പേടിച്ചതാണെന്നു പറഞ്ഞ് ഒന്നുരണ്ട് അച്ചന്മാരുടെ അടുത്ത് കൊണ്ടുപോയി. ഒരു കൊല്ലം കഴിഞ്ഞപ്പോൾ കെട്ടിക്കുകയും ചെയ്തു. മാത്യുവിന്റെ കൂടെയുള്ള ജീവിതം എന്നെ മാറ്റിയെടുത്തു. അത്രയും സ്നേഹമായിരുന്നു അങ്ങേർക്ക്. അങ്ങേര് തന്നെ മുൻ കൈയെടുത്ത് ഷാർജയിലെ ആശുപത്രിയിൽ ജോലിക്ക് കയറി. അവിടെത്തന്നെയുള്ള കമ്പനീലായിരുന്നു മാത്തച്ചനും. ഏഴു കൊല്ലം അവിടെ നിന്നു, അതിനെടേൽ രണ്ടു കൊച്ചുങ്ങളുമുണ്ടായി. അതിറ്റു ങ്ങൾക്ക് അപ്പന്റെ കൂടെ ജീവിക്കാൻ ഭാഗ്യമില്ലായിരുന്നു. അതിനു മുൻപേ മാത്തച്ചനെ കർത്താവ് തിരികെ വിളിച്ചു. ഞങ്ങൾ വീട്ടിൽ പ്രാർത്ഥിച്ചുകൊണ്ടിരിക്കെ കുഴഞ്ഞുവീണതാണ്. ഒന്നു പിടയുക പോലും ചെയ്തില്ല. പൾസ് നോക്കിയപ്പോൾ അങ്ങേര് പോയിരുന്നു. പക്ഷേ ജീവിതത്തോട് പൊരുതാൻ ഞാൻ തീരുമാനിച്ചു.

കഷ്ടിച്ച് ഒരു കൊല്ലം നാട്ടിൽ വന്നു നിന്നു. അതിനിടയിൽ ജർമ്മനീൽ ഒരാശുപത്രീയിൽ ജോലി കിട്ടി. കൊച്ചുങ്ങളെ ഇവിടെ അമ്മച്ചിയുടെ അടുത്താക്കി വീണ്ടും കടൽകടന്നു. അവിടെയെത്തിയതിനുശേഷമുള്ള ഏകാന്തതയെന്നെ വീണ്ടും വായനയിലേക്ക് തിരികെയെത്തിച്ചു. മിഷെൽ എന്ന് പേരുള്ള രോഗിയാണ് എന്നെ വായനയുടെ മറ്റൊരു ലോകം കാണിച്ചത്. ആശുപത്രിക്കിടക്കയിൽ എപ്പോഴും പുസ്തകങ്ങളിൽ തല കുനിച്ചിരിക്കുന്ന അവനോട് ഞാൻ പെട്ടെന്നു കൂട്ടായി. അന്നവിടെ ഇംഗ്ലീഷ് സംസാരിക്കുന്നവർ വിരളമായിരുന്നത് കാരണം ആരുമായും എനിക്ക് അടുപ്പമില്ലായിരുന്നു. മിഷെൽ നന്നായി ഇംഗ്ലീഷ് സംസാരിച്ചിരുന്നു. അക്കാരണം കൊണ്ടാണ് ഞങ്ങൾ തമ്മിൽ അടുത്തതും. അവൻ വായിച്ചിരുന്ന പുസ്തകങ്ങളെക്കുറിച്ചു പറഞ്ഞാണ് ആ സൗഹൃദം തുടങ്ങിയത്.

തീർത്തും അപരിചിതരായ മനുഷ്യർ അടുക്കുന്ന മൂന്ന് ഇടങ്ങളാണ് ഈ ഭൂമിയിലുള്ളത്. മദ്യശാലയും പുസ്തകശാലയും ജയിലുകളുമാണത്. മിഷെലാണ് ദസ്തയേവ്സ്കിയെ വായിക്കാൻ എന്നെ പ്രേരിപ്പിച്ചത്. ക്രൈം ആൻഡ് പണിഷ്മെന്റാണ് ഞാനാദ്യം വായിച്ചത്. ആ പുസ്തകത്തിലെ നായകൻ സ്വയം ശിക്ഷ വിധിച്ചതുപോലെ വാതത്തിനോട് പോരാടുകയാണ് താനെന്നാണ് മിഷെൽ പറയാറുണ്ടായിരുന്നത്. കഠിനമായ വേദന സഹിച്ചാണ് അത് അവൻ പറയുന്നതെന്ന് എനിക്കുറപ്പുണ്ടായിരുന്നു. റാസ്കോൾ നിക്കോൾ തന്റെ ക്രൂരയായ വീട്ടുടമസ്ഥയെ കൊന്നതുപോലെ മിഷെൽ വല്ല കുറ്റകൃത്യവും ചെയ്യുമെന്നെനിക്ക് വിശ്വസിക്കാൻ കഴിയുമായിരുന്നില്ല. പക്ഷേ ആ കഥാപാത്രത്തെതന്നെ പറഞ്ഞതിൽ എനിക്ക് സംശയവും ഉണ്ടായിരുന്നു. അതെത്ര ചോദിച്ചിട്ടും അവൻ പറഞ്ഞതുമില്ല. മറ്റൊരാളുടെ ജീവിതരഹസ്യങ്ങൾ ചൂഴ്ന്നെടുക്കുന്നത് ശരിയല്ലെന്നതുകൊണ്ട് ഞാനത് മറക്കുകയും ചെയ്തതാണ്.

പക്ഷേ ആ മഞ്ഞുകാലത്ത് അവൻ ആശുപത്രിയുടെ മുകൾ നിലയിൽനിന്നും താഴേക്കു ചാടി മരണത്തിന് ചിറകുകൾ മുളപ്പിച്ചു. മരിക്കുന്നതിന് തലേദിവസം അവന്റെ പുസ്തകങ്ങൾ മുഴുവൻ എനിക്ക് നൽകാൻ ആശുപത്രിയിലെ തൂപ്പുകാരിയെ ഏൽപ്പിച്ചിരുന്നു. അവർ തമ്മിൽ പ്രണയത്തിലായിരുന്നെന്ന് മിഷെലിന്റെ മരണവാർത്തയറിഞ്ഞ് അവൾ കുഴഞ്ഞുവീണപ്പോഴാണ് ഞാനറിഞ്ഞത്. വെറും ഇരുപത്തിഏഴു വയസ്സുള്ള മിഷെലും മുപ്പത്തിയേഴുകാരിയായ അവളും തമ്മിലുണ്ടായ പ്രണയം അന്നെനിക്ക് അത്ഭുതമായിരുന്നു. എന്റെ ചിന്തയുടെ വിസ്താരക്കുറവ് ആയിരുന്നതെന്ന് പിന്നീട് മനസ്സിലായി. സമൂഹം നിർമ്മിച്ചുവെച്ചിരിക്കുന്ന പൊതു വിചാരങ്ങളാണ് എന്നെക്കൊണ്ടത് ചിന്തിപ്പിച്ചത്. അതോർക്കുമ്പോഴെല്ലാം കുറ്റബോധം തോന്നാറുണ്ട്.

മിഷെലിന്റെ മരണത്തിനു ശേഷം അത്രനാളും ഘനീഭവിച്ചു കിടന്നിരുന്ന വിഷാദം എന്നെ വീണ്ടും പിടികൂടി. ഉറക്കമില്ലാത്ത രാത്രികൾ സമ്മാനിച്ചുകൊണ്ടാണത് വരവറിയിച്ചത്. പതിയെ അതെന്റെ ജീവിതത്തെ താളംതെറ്റിക്കാൻ തുടങ്ങി. അതിൽനിന്നും രക്ഷ നേടാനെന്നോണം ഞാൻ വായനയിലേക്ക് കൂടുതൽ അമർന്നു. ഒരുതരം ഭ്രാന്തമായ വായനയായിരുന്നത്. മറ്റൊന്നിനും ആ സമയത്ത് എന്നെ തിരികെ ജീവിതത്തിലേക്ക് കൊണ്ടുവരാൻ കഴിയില്ലായിരുന്നെന്നാണ് ചിന്തിച്ചത്. പക്ഷേ ഉറക്കമൊഴിച്ചും ജോലിക്ക് പോവാതെയുമുള്ള വായന വിഷാദത്തിന്റെ മറ്റൊരു ലക്ഷണമായിരുന്നു. എനിക്ക് സംഭവിച്ച മാറ്റം തിരിച്ചറിഞ്ഞ സഹമുറിയത്തി ലോറയാണ്, ഞങ്ങൾ ജോലി ചെയ്തിരുന്ന ആശുപത്രിയിലെ മനശ്ശാസ്ത്ര വിദഗ്ധന്റെ അടുത്ത് കൊണ്ടുപോയത്. മൂന്നു മാസം നീണ്ടുനിന്ന അദ്ദേഹത്തിന്റെ ചികിത്സകൊണ്ട് ഞാൻ പഴയ ജീവിതത്തിലേക്ക് തിരിച്ചെത്തി.

ആ സമയത്താണ് മിഷെലിന്റെ കാമുകിയായിരുന്ന പെട്രീഷ്യയുമായി അടുത്തത്. ഒരു ദിവസം മിഷെലിനെക്കുറിച്ച് എന്റെയുള്ളിലുണ്ടായിരുന്ന സംശയം ഞാൻ അവരുമായി പങ്കുവെച്ചു. ആശുപത്രിയോടു ചേർന്നുള്ള പാർക്കിൽ പതിവുള്ള നടത്തത്തിൽ അവളും കൂടെ വരുമെന്നും അപ്പോൾ അതിനെ സംസാരിക്കാമെന്നും വാക്കു നൽകി. അന്നു വൈകുന്നേരത്തിനു വേണ്ടി ഞാൻ കാത്തിരുന്നു. എന്തെന്നില്ലാത്ത ഹൃദയമിടിപ്പായിരുന്നു അവളവിടെ നിന്നും പോയതു മുതൽ. ലോറ ഒന്നുരണ്ടു തവണ വന്ന് ചില ഗുളികകൾ തന്നു. അതു കഴിച്ചപ്പോൾ ഹൃദയമിടിപ്പ് സാധാരണ നിലയിലായി. പക്ഷേ ഉറക്കം തൂക്കി പക്ഷിയെപ്പോലെ നിർജ്ജീവമായ അവസ്ഥയിലായിരുന്നു ഞാൻ.

ഡ്യൂട്ടി കഴിഞ്ഞ് മുറിയിലേക്ക് വന്ന പെട്രീഷ്യ എന്റെ ആ അവസ്ഥ കണ്ടപ്പോൾ പാർക്കിലേക്കുള്ള നടത്തം അടുത്ത ദിവസത്തേക്ക് മാറ്റാമെന്ന് പറഞ്ഞെങ്കിലും ഞാനതിന് തയ്യാറായില്ല. കനം തൂങ്ങുന്ന കണ്ണുകൾ തണുത്ത വെള്ളത്തിൽ കഴുകിയതിനുശേഷം അവളുടെ കൂടെ പാർക്കിലേക്ക് ചെന്നു. മറ്റു രോഗികളും ആശുപത്രി ജോലിക്കാരിൽ ചിലരും നടക്കാൻ ഇറങ്ങിയിരുന്നു. അവർക്കിടയിലൂടെ നടന്ന് ഞങ്ങളൊരു ബെഞ്ചിലിരുന്നു. അപ്പോഴാണ് പെട്രീഷ്യയെ ഞാൻ ശരിക്ക് ശ്രദ്ധിച്ചത്. തൂപ്പുജോലിക്കാരിയുടെ യൂണിഫോമിൽനിന്നും പുറത്തിറങ്ങിയ അവൾ കൂടുതൽ സുന്ദരിയായിരുന്നു. തോളൊപ്പം വെട്ടിയ മുടി ചെറുകാറ്റിൽ പാറുന്നുണ്ടായിരുന്നു. നിറയെ പൂക്കൾ തുന്നിപ്പിടിപ്പിച്ച ഇളം മഞ്ഞ നിറമുള്ള മുട്ടോളമെത്തുന്ന പാവാടയും മഴവിൽനിറങ്ങൾ തൂവിച്ചിന്തിയതു പോലെയുള്ള മേലുടുപ്പുമായിരുന്നു അവൾ ധരിച്ചത്. ബെഞ്ചിലിരുന്നുകൊണ്ടവൾ മിഷെലിനെക്കുറിച്ചു സംസാരിച്ചു തുടങ്ങി.

പെട്രീഷ്യയുടെയും മിഷെലിന്റെയും ജീവിതം

എല്ലാവരും കരുതുന്നതുപോലെ മിഷെലും ഞാനും ഇവിടെ വെച്ചായിരുന്നില്ല പരിചയപ്പെട്ടത്. മൂന്നു വർഷം മുൻപുതന്നെ ഞങ്ങൾ പരിചയക്കാരാണ്. എന്നുപറഞ്ഞാൽ അന്നുതൊട്ടു ഞങ്ങൾ പ്രണയത്തിലായിരുന്നില്ല, പ്രണയമെന്നത് ഒരു നിമിഷത്തിൽ തോന്നുമെന്നു പറയുന്നത് പൊള്ളത്തരമാണ്. ആദ്യ നിമിഷത്തിൽ തോന്നുന്നത് കാമം മാത്രമാണ്. അതിനാരേയും കുറ്റപ്പെടുത്തുന്നതിൽ കാര്യമില്ല. ആദ്യ കാഴ്ചയിൽ ശരീരം മാത്രമാണ് ആകർഷിക്കപ്പെടുന്നത്.

റാഹേലിന് അറിയേണ്ടത് അതല്ലെന്നറിയാം. മിഷെലിന്റെ കാര്യത്തിൽ നിനക്കുള്ള സംശയം ശരിയാണ്. നിങ്ങൾ കണ്ട ഒരുപാട് വായിക്കുന്ന, എപ്പോഴും ആകർഷകമായി ചിരിച്ചുകൊണ്ട് ആളുകളോട് ഇടപഴകുന്ന മിഷെൽ അല്ലായിരുന്നു അവൻ. മറിച്ച് ആരെയും കൂസാത്ത, ഒന്നു ചിരിക്കുകപോലും ചെയ്യാത്ത, പുസ്തകങ്ങൾ വായിക്കാത്ത ഒരു മിഷെൽ ഉണ്ടായിരുന്നു. ഇവിടെ നിന്നും നൂറു മൈൽ ദൂരത്തുള്ള ഗ്രാമത്തിലെ മുയൽവളർത്തുകാരനും കശാപ്പുകാരനുമായ ദയയില്ലാത്ത മിഷെൽ. ആ മിഷെലിനെയാണ് ഞാനാദ്യം പരിചയപ്പെട്ടത്.

വർഷത്തിലൊരിക്കൽ അവരുടെ ഗ്രാമത്തിൽ നടക്കാറുള്ള മുയൽവേട്ടയ്ക്ക് ചെന്നപ്പോഴായിരുന്നത്. ആശുപത്രിയിൽ നിന്നും അവധിയെടുത്ത് സഹോദരനൊപ്പമാണ് ഞാനവിടെ പോയത്. എല്ലാ വർഷവും അവൻ അവിടെ പോവാറുണ്ടായിരുന്നു. മിഷെലായിരുന്നു അവിടെ അവന്റെ ഒരേയൊരു സുഹൃത്ത്. അവനും മിഷെലിനെപ്പോലെ തന്നെയായിരുന്നു, ആരോടും സംസാരിക്കാത്ത, എല്ലാം സ്വയം ചെയ്യുന്ന മുരടനായിരുന്നു. വീട്ടിൽപോലും ആരുമായും സംസാരിക്കില്ല, എന്നോടു മാത്രമായിരുന്നു അൽപം അടുപ്പം കാണിച്ചിരുന്നത്. അവിടെയെത്തിയ ഞങ്ങൾ താമസിച്ചത് മിഷെലിന്റെ

വീട്ടിലായിരുന്നു. ഏഴു ദിവസം നീണ്ടുനിൽക്കുന്ന വേട്ടയുടെ ആദ്യത്തെ രണ്ടു ദിവസം ഞാനുമവരുടെ കൂടെ ചെന്നിരുന്നു. പക്ഷേ മുയലുകളുടെ പിന്നാലെയുള്ള ഓട്ടവും, അവയെ കൊന്നു കൂട്ടിയിടുന്നതും കാണാൻ കഴിയാത്തതുകൊണ്ട് പിന്നീടുള്ള ദിവസങ്ങൾ ഞാൻ പോയില്ല.

മൂന്നാമത്തെ ദിവസം വേട്ടകഴിഞ്ഞ് മിഷെലിനെ ചുമന്നാണ് സഹോദരൻ വന്നത്. കഠിനമായ വേദനയിൽ അവൻ നിലവിളിക്കുന്നുണ്ടായിരുന്നപ്പോൾ. വേട്ടയ്ക്കിടയിൽ വല്ല അപകടവും പറ്റിയതാവുമെന്നാണ് ഞാൻ കരുതിയത്. സഹോദരനോട് സംസാരിച്ചപ്പോൾ അപകടമൊന്നും പറ്റിയില്ലെന്ന് മനസ്സിലായി. കാലുകൾ നിലത്തു വെയ്ക്കാൻ കഴിയാതെ നിലവിളിക്കുകയായിരുന്നു മിഷെൽ അപ്പോഴും. അവന്റെ നിലവിളി സഹിക്കാൻ കഴിയാതെ സഹോദരൻ പുറത്തേക്ക് ഇറങ്ങിപ്പോയി. എന്തു ചെയ്യണമെന്നറിയാതെ ഞാനവിടെ നിന്നു. അപ്പോഴാണ് മിഷെലിന്റെ കാൽപ്പാദം ശ്രദ്ധിച്ചത്. തള്ളവിരലിനു മുകളിൽ നിന്നും നെരിയാണി വരെയുള്ള ഒരു മുറിവടയാളം കണ്ടു. അവിടെ നിന്നാണ് അയാളുടെ വേദനകൾ ആരംഭിക്കുന്നതെന്ന് ഞാനൂഹിച്ചു. കുനിഞ്ഞിരുന്ന് പതുക്കെ അവിടെ തൊട്ടു. അപ്പോഴവൻ കൂടുതൽ ഉച്ചത്തിൽ നിലവിളിച്ചു.

കാര്യമായ എന്തോ വേദനയവനെ കാർന്നുതിന്നുന്നെന്ന് എനിക്കപ്പോൾ മനസ്സിലായി. രാത്രി ഏറെ വൈകുവോളം അവൻ കരഞ്ഞുകൊണ്ടിരുന്നു. എന്നെ എവിടെയെങ്കിലും ചികിത്സിക്കാൻ കൊണ്ടുപോവൂ എന്നവൻ കരഞ്ഞുകൊണ്ട് അപേക്ഷിച്ചു. അവനെ കണ്ടുനിൽക്കാൻ കഴിയാതെ വന്നപ്പോൾ ഞാനാ വീടു മുഴുവൻ വേദനസംഹാരികൾ ഉണ്ടോയെന്നു പരിശോധിച്ചു. കുറെ പുസ്തകങ്ങളും ഇംഗ്ലീഷ് പഠനസഹായികളും മാത്രമേ എനിക്കവിടെ കാണുവാൻ സാധിച്ചുള്ളൂ. അയാൾ വായിക്കുമെന്നും ഇംഗ്ലീഷ് എഴുതാനും സംസാരിക്കാനും അറിയുമെന്നത് എന്നെ അതിശയപ്പെടുത്തി. അങ്ങോട്ടുള്ള യാത്രയിലുടനീളം കാടനായ മിഷെലിനെക്കുറിച്ചാണ് സഹോദരൻ പറഞ്ഞിരുന്നത്. അവരുടെ കൂടെ മുയൽ വേട്ടയ്ക്കു പോയ ദിവസങ്ങളിൽ അതു ശരിയാണെന്നു ബോധ്യം വന്നതുമാണ്. മിഷെലിനെ അവിടെയുള്ളവരെല്ലാം ഭയത്തോടെയാണ് കണ്ടിരുന്നത്. വേട്ടയ്ക്കിടയിൽ അവൻ കാണിച്ചിരുന്ന കള്ളത്തരങ്ങൾ അവരാരും ചോദ്യം ചെയ്തിരുന്നില്ല.

അതേ, മിഷെൽ വേദനകൊണ്ടു പുളയുകയും തന്നെ എവിടെയെങ്കിലും ചികിത്സിക്കാൻ കൊണ്ടുപോവാൻ ആവശ്യപ്പെടുകയും ചെയ്തപ്പോൾ എനിക്ക് ഒരുതരം നിസ്സംഗതയാണ് ആദ്യം തോന്നിയത്. പക്ഷേ പിറ്റേദിവസം സഹോദരൻ വന്നപ്പോൾ അവൻ അക്കാര്യം

വീണ്ടും ആവർത്തിച്ചു. പറയുക മാത്രമായിരുന്നില്ല, കിടക്കയുടെ അടിയിൽ സൂക്ഷിച്ച പണസഞ്ചിയെടുത്ത് ഞങ്ങൾക്കു മുൻപിൽ കുടഞ്ഞിടുകയും ചെയ്തു. വലിയൊരു തുകയുണ്ടായിരുന്നു അത്. മിഷെലിന്റെ അത്രയും കാലത്തെ സമ്പാദ്യമായിരുന്നു അതെന്ന് അവൻ പിന്നീടെന്നോടു പറഞ്ഞിരുന്നു.

വേദന ഒട്ടും കുറയുന്നില്ലെന്ന് മനസ്സിലായപ്പോൾ മിഷെലിനെ കൊന്നതിനുശേഷം പണവുമെടുത്ത് കടന്നുകളയാനായിരുന്നു എന്റെ സഹോദരന്റെ തീരുമാനം. അതിന് കൂട്ടുനിൽക്കുവാൻ ആ തുകയുടെ പകുതി ഭാഗം എനിക്ക് നൽകാമെന്ന് വാക്കു നൽകി. പക്ഷേ വേദനകൊണ്ട് നിസ്സഹായനായ അയാളെ കൊല്ലുന്നതിലും അർഹമല്ലാത്ത പണം കൈക്കലാക്കുന്നതിലും എനിക്ക് എതിർപ്പായിരുന്നു. അക്കാര്യം സഹോദരനോട് പറഞ്ഞാൽ എന്റെ ജീവനും അപകടത്തിൽപെടുമെന്ന് ഉറപ്പായിരുന്നു. തത്കാലം മിഷെലിനെ കൊല്ലാതെ പണവുമായി കടന്നുകളയാമെന്ന് ഞാനവനെ ഉപദേശിച്ചു. മനസ്സില്ലാമനസോടെ അവനതു സമ്മതിച്ചു.

അടുത്ത മുറിയിൽ കിടക്കുന്ന മിഷെൽ ഞങ്ങൾ സംസാരിക്കുന്നത് മുഴുവൻ കേൾക്കുന്നുണ്ടെന്ന് എനിക്കറിയാമായിരുന്നു. പക്ഷേ എന്റെ മനസ്സിൽ മറ്റൊരു പദ്ധതിയായിരുന്നു ഉണ്ടായിരുന്നത്. സഹോദരനെ ഒഴിവാക്കാൻ രാത്രിവരെ കാത്തുനിൽക്കേണ്ടി വന്നു. ആ നേരമത്രയും മിഷെലിനെ അവൻ കൊല്ലാതിരിക്കാൻ ഞാൻ കാവലിരുന്നെന്ന് പറയുന്നതാവും നല്ലത്. കരഞ്ഞുകൊണ്ടിരുന്ന മിഷെലിനടുത്തേക്ക് അവൻ ചെല്ലാതിരിക്കാൻ ലഭിക്കുന്ന പണം ഉപയോഗിച്ച് ഞാൻ ചെയ്യാൻ പോവുന്നതെന്ന മട്ടിൽ കൂറെയേറെ കാര്യങ്ങൾ വിശദീകരിച്ചുകൊണ്ടിരുന്നു. അവനാവട്ടെ പോളണ്ടിലേക്ക് കടക്കാനാണ് ആ പണം ഉപയോഗിക്കാൻ തീരുമാനിച്ചിരുന്നത്. അവിടെ ചില വേട്ടസംഘങ്ങളുമായി ചേർന്ന് പ്രവർത്തിക്കാനാണ് തീരുമാനം എന്നറിഞ്ഞപ്പോൾ എനിക്ക് അൽപം സമാധാനം തോന്നി.

പിറ്റേദിവസം വൈകുന്നേരത്തോടെ വേട്ട കഴിഞ്ഞു വന്നാൽ അവൻ പോളണ്ടിലേക്ക് അവിടെനിന്നുതന്നെ കടക്കുമെന്നും ഒരു ടാക്സിയോ, അല്ലെങ്കിൽ തീവണ്ടി കയറിയോ നഗരത്തിലേക്ക് പോവാൻ എന്നെ ചട്ടംകെട്ടി. ഞാനത് സമ്മതിച്ചു. അന്നു രാത്രി സഹോദരൻ പുറത്തേക്ക് പോയപ്പോൾ ഞാൻ മിഷെലിന് അരികിലെത്തി. ഞങ്ങൾ സംസാരിച്ചതു മുഴുവൻ കേട്ടതുകൊണ്ടാവണം അവനെന്നെ ദീനതയോടെ നോക്കി.

ഞാനപ്പോൾ പണസഞ്ചിയിലെ പണം രണ്ടു ഭാഗമായി വീതിച്ചു. എണ്ണുകയൊന്നും ചെയ്തില്ല. ധാന്യം കൈയളവിൽ നീക്കിവെയ്ക്കുന്നതു കണക്കെ മാറ്റിവെച്ചു. അതു രണ്ട് സഞ്ചികളിലാക്കി.

ഒരു സഞ്ചി മിഷെൽ കിടക്കുന്ന കട്ടിലിന്റെ കാലിനോടു ചേർത്തു കെട്ടിയിട്ടു. പണം പുറത്തുകാണുന്ന രീതിയിലാണത് ചെയ്തത്. രണ്ടാമത്തെ സഞ്ചി എടുത്ത് ഞാൻ കൊണ്ടുപോയ തുകൽ ബാഗിലേക്ക് എടുത്തു വെച്ചു. കിടക്കുന്നിടത്തു നിന്നും കരഞ്ഞുകൊണ്ട് എല്ലാം കണ്ടുകൊണ്ടിരുന്ന മിഷെൽ പലവട്ടം എഴുന്നേറ്റ് എന്നെ തടയാൻ തുനിഞ്ഞെങ്കിലും വിരൽസ്പർശം പോലും ഇരുമ്പുകൂടം കൊണ്ട് പ്രഹരമേൽക്കുന്നത്ര വേദനയില് അവന് ഒന്നും ചെയ്യാൻ കഴിഞ്ഞിരുന്നില്ല. ശക്തനായ മനുഷ്യൻ നിസ്സഹായനായി മാറുന്നതിന്റെ മാനസിക വേദനയിൽ ആ സമയം മരിച്ചുപോയിരുന്നെങ്കിലെന്ന് കരുതിയിരുന്നതായി അവൻ പിന്നീട് പറഞ്ഞിരുന്നു.

പണവും എന്റെ വസ്ത്രങ്ങളും എടുത്തുവെച്ചതിനുശേഷം ഞാൻ മിഷെലിന്റെ അത്യാവശ്യം വേണ്ടിവരുന്ന വസ്ത്രങ്ങൾ എടുത്തുവെച്ചു. മുറിയിലുണ്ടായിരുന്ന വലിയൊരു ചാക്കിൽ അവിടെയുള്ള മുഴുവൻ പുസ്തകങ്ങളും വാരിയിട്ടു. അതുകൂടി കണ്ടപ്പോൾ മിഷെലിന്റെ കരച്ചിൽ ഉച്ചത്തിലായി. അടുത്ത് ആരുമില്ലെന്ന് ഉറപ്പായിരുന്നിട്ടു പോലും രക്ഷപ്പെടാനുള്ള വ്യഗ്രതയിലവൻ കരയുകയായിരുന്നു. ഞാനത് ശ്രദ്ധിക്കാതെ എന്റെ പ്രവൃത്തികൾ വേഗത്തിൽ തീർത്തു. എല്ലാം എടുത്തു കഴിഞ്ഞെന്ന് ഉറപ്പായപ്പോൾ വാതിലടച്ച് പുറത്തേക്കിറങ്ങി.

കുറച്ചു ദൂരയുള്ള നാൽക്കവലയിലേക്ക് ഓടി, കരുതിയതു പോലെതന്നെ അവിടെവെച്ച് ഒരു ടാക്സി കിട്ടി. തിരികെ മിഷെലിന്റെ വീട്ടിലേക്ക് വന്നു. അവനപ്പോൾ കട്ടിലിൽനിന്നും നിലത്തുവീണു കിടക്കുകയായിരുന്നു. അതോ നിലത്തിഴയുകയാണോ എന്നെനിക്ക് കൃത്യമായ ഓർമ്മയില്ല. ബാഗുകളും പുസ്തകം നിറച്ച ചാക്കും എടുത്ത് കാറിൽ കയറ്റി. വൃദ്ധനായ ഡ്രൈവറുടെ സഹായത്തോടെ മിഷെലിനെ കാറിലേക്ക് എടുത്തുകൊണ്ടുവന്നു. അവനപ്പോൾ എന്നെ ശാപവാക്കുകൾകൊണ്ട് ചീത്തവിളിക്കുകയായിരുന്നു. അതൊന്നും ശ്രദ്ധിക്കാതെ വേഗം നഗരത്തിലെ ആശുപത്രിയിലേക്ക് എത്താൻ ഡ്രൈവറോട് അപേക്ഷിച്ചു. ആശുപത്രിയുടെ പേരു കേട്ടതും മിഷെലിന്റെ വായടഞ്ഞു.

അതിനിടയിൽ മിഷെലിനെപ്പോലൊരുത്തനെ ചികിത്സിക്കുന്നതിൽ കാര്യമില്ലെന്ന ഡ്രൈവറുടെ വാക്കുകൾ ഞാൻ കേട്ടതായി നടിച്ചില്ല. യാത്രയ്ക്കിടയിലും അയാളതിനെക്കുറിച്ചു പറഞ്ഞപ്പോൾ എനിക്ക് കയർക്കേണ്ടി വന്നു. എന്റെ ഒച്ച പൊന്തിയതിനുശേഷം അയാൾ പിന്നീടൊന്നും പറഞ്ഞതുമില്ല. പുലർച്ചെയോടുകൂടി ഞങ്ങൾ ആശുപത്രിയിലെത്തി. പറഞ്ഞതിലും കൂടുതൽ പണം

നൽകിയപ്പോൾ ടാക്സി ഡ്രൈവർക്ക് സന്തോഷമായി. അയാൾ ഒറ്റയ്ക്ക് മിഷെലിനെ കാറിൽനിന്നുമിറക്കി സ്ട്രെച്ചറിൽ കിടത്തിയതിനു ശേഷമാണ് മടങ്ങിയത്.

മിഷെലിനെ അത്യാഹിതവിഭാഗത്തിലേക്ക് കൊണ്ടുപോയി. ഞാൻ തന്നെയാണ് ഗാർഡിയനായി ഒപ്പിട്ടത്. പരിചയമുള്ള ഡോക്ടറായിരുന്നതുകൊണ്ട് പെട്ടെന്ന് കാര്യങ്ങൾ പറയാൻ കഴിഞ്ഞു. രോഗത്തെക്കുറിച്ച് കൂടുതൽ പറയാൻ മുതിർന്ന ഡോക്ടർ വരുന്നതുവരെ കാത്തുനിൽക്കേണ്ടതിനെ ഓർമ്മിപ്പിച്ച് വേദനസംഹാരി നൽകി അഡ്മിറ്റ് ചെയ്തു. ഞാൻ വീട്ടിലേക്ക് മടങ്ങി. അന്നെനിക്ക് ഡ്യൂട്ടിക്ക് കയറേണ്ടിയിരുന്നില്ല. വീട്ടിലേക്ക് ചെന്നെങ്കിലും എന്റെയുള്ളിൽ സഹോദരനെക്കുറിച്ചുള്ള ഭയമായിരുന്നു. ഏതു നിമിഷവും അവനെന്നെ തേടിവരുമെന്നും പണത്തെക്കുറിച്ചും മിഷെലിനെക്കുറിച്ചും അന്വേഷിക്കുമെന്നും ഉറപ്പായിരുന്നു.

പക്ഷേ എന്തുകൊണ്ടോ അവൻ വന്നില്ല. വീട്ടുകാരോട് അവൻ പോളണ്ടിലേക്ക് പോയെന്നു പറഞ്ഞു. അവരത് വിശ്വസിക്കുകയും അവൻ വീടുവിട്ടു പോയതിൽ സന്തോഷിക്കുകയും ചെയ്തു. അവനെവിടെയാണെന്ന് ഈ നിമിഷത്തിലും എനിക്കറിയില്ല. എല്ലാം അറിഞ്ഞതിനു ശേഷം മിഷെൽ അവനെക്കുറിച്ച് പറഞ്ഞത് സംഭവിച്ചിരിക്കും. പോളണ്ടിൽ ചെന്നതിനുശേഷം ഏതെങ്കിലും വേട്ട സംഘത്തിനൊപ്പം ജീവിക്കുന്നുണ്ടാവും, അല്ലെങ്കിൽ വലിയ തുകയുമായി അതിർത്തി കടക്കുന്നതിന് ഇടയിൽ പിടിക്കപ്പെട്ടതാണെങ്കിൽ മുഴുവൻ പണവും നഷ്ടമാവുകയും എന്നന്നേക്കുമായി ജയിലിൽ അകപ്പെടുകയും ചെയ്തിരിക്കും. രണ്ടായാലും ഞാനൊഴികെ മറ്റെല്ലാവരും അവനെ മറന്നിരിക്കുകയാണ്.

ഞാൻ കാടു കയറിയല്ലേ? എന്തോ നിങ്ങളോട് സംസാരിക്കുമ്പോൾ ഇത്രനാളും പേറിയ ഭാരം പങ്കുവെയ്ക്കപ്പെടുകയാണെന്ന് തോന്നുന്നു. പിറ്റേ ദിവസം രാവിലെ ഡ്യൂട്ടിക്ക് കയറുന്നതിന് മുൻപ് മിഷെലിനെക്കുറിച്ച് അന്വേഷിച്ചപ്പോൾ കുറെ ടെസ്റ്റുകൾ ചെയ്യാനുണ്ടെന്നും പണം അടയ്ക്കാത്തതിനാൽ അതൊന്നും ചെയ്യാതെ അവനിപ്പോഴും നിരീക്ഷണ മുറിയിൽ കഴിയുകയാണ് എന്നും അറിഞ്ഞു. അപ്പോൾ എന്റെ കണ്ണുകൾ നിറഞ്ഞു. കുറ്റബോധത്താൽ ഹൃദയം കലുഷിതമായി. ഓടിച്ചെന്ന് പരിശോധനകൾക്കുള്ള പണം അടച്ചു. മാത്രമല്ല, മോശമല്ലാത്തൊരു സംഖ്യ മിഷെലിന്റെ പേരിൽ ആശുപത്രിയിൽ ഡെപ്പോസിറ്റു ചെയ്യുകയും ചെയ്തു. എന്റെ അസാന്നിധ്യത്തിലും ചികിത്സകളും പരിശോധനകളും മുടങ്ങാതിരിക്കാനാണ് അന്നങ്ങനെ ചെയ്തത്. അതിനുശേഷം മിഷെലിന് അരികിൽ

ചെന്നു ക്ഷമ പറഞ്ഞു. കൂടുതൽ സമയം അവിടെ നിൽക്കാൻ കഴിഞ്ഞില്ല. തൂപ്പുജോലി തുടങ്ങാനുള്ള സമയം അതിക്രമിച്ചിരുന്നു.

വൈകുന്നേരത്തോടെ ഡ്യൂട്ടി കഴിഞ്ഞപ്പോൾ മിഷെലിനെ തിരഞ്ഞു ചെന്നു. അവനെ മറ്റൊരു ഡിപ്പാർട്ട്മെന്റിലേക്ക് മാറ്റിയിരുന്നു അപ്പോൾ. ഏറ്റവും മുതിർന്ന ഡോക്ടറുടെ ചികിത്സയിലാണ് അവനെ മാറ്റിയതെന്ന് മനസ്സിലായി. അവിടെ ചെല്ലുമ്പോൾ ഡോക്ടർ അവന്റെ അടുത്തു തന്നെയുണ്ടായിരുന്നു. കെയർടേക്കറെ ഡോക്ടർ അന്വേഷിച്ച കൃത്യസമയത്താണ് ഞാനവിടെ എത്തിയത്. എന്നെ കണ്ടതും മിഷെലിന്റെ ക്ഷീണിച്ച മുഖത്ത് ചിരി വിടർന്നു.

ഡോക്ടറുടെ മുഖത്ത് തികഞ്ഞ ഗൗരവമായിരുന്നു. രോഗികൾ തന്റെ രോഗത്തെക്കുറിച്ച് പൂർണ്ണമായും ബോധവാനാവണമെന്ന് അദ്ദേഹത്തിന് നിർബന്ധമായിരുന്നു. അതുകൊണ്ടുതന്നെയാണ് എന്റെ സാമീപ്യത്തിൽ മിഷെലിനോട് രോഗത്തെക്കുറിച്ച് പറഞ്ഞത്. സി.ആർ.പി.എസ്. അങ്ങനെ ഒരു രോഗത്തെക്കുറിച്ച് ഞാൻ ആദ്യമായാണ് കേട്ടത്. കടുത്ത വേദനയാണത് നൽകുകയെന്നു മാത്രം മനസ്സിലായി. അവനപ്പോഴും ചിരിച്ചു. പണമടച്ചതുകൊണ്ട് സ്വകാര്യമുറി ലഭിച്ചു. ഭാഗ്യത്തിന് ഞാൻ ജോലി ചെയ്യുന്ന സെക്ഷനിലാണ് അവനുള്ള മുറി അനുവദിച്ചത്. ലോറയാണ് അക്കാര്യത്തിൽ എന്നെ സഹായിച്ചത്. എല്ലാ ദിവസവും ഡ്യൂട്ടി കഴിഞ്ഞാൽ ഞാൻ മിഷെലിന് അരികിൽ ചെന്നിരിക്കും. ഇടയ്ക്ക് ഞാനവനെയും വീൽച്ചെയറിൽ ഇരുത്തി ഇവിടെ ഇതേ ബെഞ്ചിൽ വന്നിരിക്കും. ഇവിടെ വെച്ചാണവൻ തന്റെ കഴിഞ്ഞ കാലത്തെക്കുറിച്ചു സംസാരിച്ചിരുന്നത്.

മിഷെലിന്റെ ഭൂതകാലത്തെക്കുറിച്ച് പെട്രീഷ്യ പറഞ്ഞത്

പോളണ്ടുകാരിയായ അമ്മയുടെയും ജർമ്മൻകാരനായ അച്ഛന്റെയും മൂന്നു മക്കളിൽ ഏറ്റവും ഇളയവനായിരുന്നു മിഷെൽ. അവന്റെ പതിമ്മൂന്നാം വയസ്സുവരെ ഏറ്റവും സന്തോഷകരമായ ജീവിതമായിരുന്നു ആ കുടുംബത്തിന്. മുന്തിയ സ്കൂളിലാണ് മിഷെലും സഹോദരിമാരും പഠിച്ചിരുന്നത്. അവനേക്കാൾ എട്ടും ഒൻപതും വയസ്സിന് മൂത്ത സഹോദരിമാർ അവരുടെ ഇരുപതാം വയസ്സിൽ തന്നെ സ്വന്തം ജീവിതം തിരഞ്ഞെടുത്തിരുന്നു. ഗവണ്മെന്റ് ജോലിക്കാരനായ അച്ഛനും അമ്മയും അക്കാര്യത്തിൽ അവരെ എതിർത്തിരുന്നുമില്ല. ഒരുപാട് പുസ്തകങ്ങൾ വായിച്ചിരുന്ന അമ്മയാണ് വായനയിലേക്ക് മിഷെലിനെ എത്തിച്ചത്. കുഞ്ഞായിരുന്ന മിഷെൽ അവർ വായിച്ചിരുന്ന കഥകൾ കേട്ടാണ് വളർന്നത്. പക്ഷേ അവന്റെ പതിമ്മൂന്നാം പിറന്നാളിന്റെ അന്ന് അവർ ഇരുവരും ആത്മഹത്യ ചെയ്തു. പ്രത്യേകിച്ചൊരു കാരണവുമില്ലാതെ വിഷം കുടിച്ചാണവർ മരണത്തിലേക്ക് മറഞ്ഞത്.

പിറന്നാൾ ആഘോഷങ്ങൾ അവസാനിച്ചു കഴിഞ്ഞപ്പോൾ തനിക്ക് ലഭിച്ച സമ്മാനങ്ങൾ അമ്മയുടെ മുറിയിൽ കൊണ്ടുവെയ്ക്കാൻ ചെന്ന മിഷെലിന് നുരയും പതയുമൊലിപ്പിച്ച് കിടക്കുന്ന മാതാപിതാക്കളെയാണ് കാണേണ്ടിവന്നത്. അപ്രതീക്ഷിതമായ കാഴ്ചയിൽ മുറിയിൽ നിന്നും പുറത്തേക്കിറങ്ങി ഓടിയ മിഷെൽ ചെന്നു വീണത് അവരുടെ വീട്ടിലെ മുയലുകളെ പാർപ്പിച്ചിടത്തായിരുന്നു. മിഷെലിന്റെ ഒറ്റപ്പെടലിന്റെ തുടക്കമായിരുന്നത്.

ശവസംസ്കാര ചടങ്ങുകൾക്കുശേഷം മൂത്ത സഹോദരിയുടെ കൂടെ നഗരത്തിലെ അവരുടെ താമസസ്ഥലത്തേക്കു വന്ന മിഷെൽ അധികകാലം അവിടെ നിന്നില്ല. വിസ്താരമില്ലാത്ത, ഇടുങ്ങിയ രണ്ടു മുറികൾ മാത്രമുള്ള ആ വീട് മിഷെലിനെ ശ്വാസം മുട്ടിച്ചു. പുതിയ സ്ഥലത്തെ സ്കൂളിലും മിഷെൽ ഒറ്റപ്പെട്ടു. പതിനഞ്ചാം വയസ്സിൽ അവൻ അവിടെ നിന്നും തന്റെ ഗ്രാമത്തിലേക്കുതന്നെ മടങ്ങി. രണ്ടു വർഷം അനാഥമായിക്കിടന്ന വീട്ടിലെത്തി. തീർത്തും കാടുപിടിച്ച നിലയിലുള്ള ആ വീട് അവൻ ഒറ്റയ്ക്കുതന്നെ വൃത്തിയാക്കിയെടുത്തു.

അമ്മയുടെ പുസ്തകശേഖരങ്ങളിൽ പലതും നശിച്ചുപോവുകയോ ആരോ മോഷ്ടിക്കുകയോ ചെയ്തിരുന്നത് അവനെ സങ്കടപ്പെടുത്തി. പക്ഷേ അപ്പോഴും മുയലുകൾ പെറ്റുപെരുകിയിരുന്നു. വീടിലാക മാനം മുയലുകളായിരുന്നു എന്നാണ് അതിനെക്കുറിച്ചവൻ പറഞ്ഞത്. ഒറ്റപ്പെടലിൽ നിന്നും മുയലുകൾ മാത്രമായി അവന്റെ കൂട്ട്. പക്ഷേ ദിവസങ്ങൾ കഴിയുന്തോറും ഏകാന്തതയുടെ ഇരുൾ മൂടിത്തുടങ്ങി. വിശാലമായ വീട്ടിൽ ഒറ്റയ്ക്കു കഴിഞ്ഞ ദിവസങ്ങളെ മറക്കാനായി ആ വർഷത്തെ മുയൽവേട്ടയ്ക്ക് ആദ്യമായി പങ്കെടുത്തു. സ്കൂളിൽ കൂടെയുണ്ടായിരുന്ന ഒരു കൂട്ടുകാരന്റെ സഹായത്തോടെയാണ് അന്നതിൽ പങ്കെടുത്തത്. അവിടെവെച്ചു പരിചയപ്പെട്ട ആളുകളി ലൂടെ മിഷെൽ മറ്റൊരാളായി മാറുകയായിരുന്നു.

മദ്യപാനം ആരംഭിച്ചതും മുയലുകളെ കശാപ്പു ചെയ്തു വിൽക്കാൻ തുടങ്ങിയതും അക്കാലത്തായിരുന്നു. ആരും നിയന്ത്രിക്കാൻ ഇല്ലാ തായപ്പോൾ, ഒന്നിനേയും ഭയമില്ലാത്ത, ആരേയും കൂസാത്ത തെമ്മാടിയായി വളർന്നു. മുയൽവേട്ടയ്ക്കിടയിൽ പലപ്പോഴും നടക്കാ റുള്ള അടിപിടികളിൽ ഒന്നാമതായി. അതിനിടയിൽ എന്നോ ഒരി ക്കലാണ് കാലിന് മുറിവ് പറ്റിയത്. കുറച്ചു ദിവസത്തെ വിശ്രമം കൊണ്ടത് മാറുകയും ചെയ്തതാണ്. പക്ഷേ ഇടയ്ക്കിടെ അതി നുള്ളിൽനിന്നും കടുത്ത വേദനയുണ്ടാവും. അപ്പോഴെല്ലാം മൂക്കറ്റം മദ്യപിക്കും. ഒന്നു രണ്ടു ദിവസത്തിനകം അതു മാറുകയും ചെയ്യും. ഞങ്ങളന്ന് വേട്ടയ്ക്ക് ചെല്ലുന്നതിന്റെ രണ്ടു ദിവസം മുൻപും ആ വേദന വന്നിരുന്നു. എന്നത്തേയുംപോലെ അന്നും മദ്യത്തിൽ അഭയം തേടി. പക്ഷേ അന്നത്തെ വേട്ടയ്ക്കിടയിൽ വന്ന വേദന മറ്റെല്ലാ ദിവസത്തേക്കാളും കഠിനമായതായിരുന്നു.

ഇവിടെ ആശുപത്രിയിൽ എത്തിയതിനു ശേഷം വേദനയ്ക്ക് അൽപ്പം ശമനം ലഭിച്ചപ്പോൾ മിഷെൽ ആദ്യം ആവശ്യപ്പെട്ടത് പുസ്തകങ്ങളാണ്. ഞാനത് എത്തിച്ചു നൽകുകയും ചെയ്തു. വായിച്ച പുസ്തകങ്ങളിലെ ഓരോ കഥാപാത്രങ്ങളേയും അവനെ നിക്ക് പരിചയപ്പെടുത്തിത്തരാറുണ്ടായിരുന്നു. ഒരു ക്രിസ്തുമസ് രാവിലാണ് അവനെന്നോട് പ്രണയം പറഞ്ഞത്. എതിർക്കാൻ കഴി യാത്ത രീതിയിൽ അതിനുമുന്നെ എപ്പോഴോ ഞാനവനെ പ്രണയിച്ചു തുടങ്ങിയിരുന്നു.

ഇപ്പോഴെനിക്കു തോന്നുന്നത് അവനില്ലാത്ത ഈ ലോകം തീർത്തും നിറംകെട്ടതെന്നാണ്. അത്രയും പറഞ്ഞുകൊണ്ട് പെട്രീഷ്യ തല കുനിച്ചിരുന്നു. അവൾ കരയുകയായിരുന്നു. നനഞ്ഞ ചിറകുകളുടെ ഭാരം മാറുന്നതുവരെ പക്ഷി വെയിൽ കായുന്നതു പോലെ അവൾ കരഞ്ഞു. കരച്ചിൽ അവസാനിക്കുവോളം അവളുടെ വിരലുകളിൽ വിരൽ കോർത്ത് ഞാനുമിരുന്നു. അൽപ്പനേരത്തിനകം അവൾ പഴയതുപോലെ ഊർജ്ജസ്വലയായി. അവൾ എനിക്കു മുൻപാകെ സന്തോഷം അഭിനയിക്കുകയാണെന്ന് ഉറപ്പുണ്ടായിരുന്നു.

അധികനേരം അവിടെ ഇരുന്നില്ല. മഞ്ഞു വീഴ്ച ആരംഭിച്ചപ്പോൾ മടങ്ങി. എന്നെ മുറിയിലേക്ക് തിരികെയെത്തിച്ച് മടങ്ങുന്നതിന് തൊട്ടു മുൻപാണ് അവൾ തൂപ്പുജോലി രാജിവെച്ചതിനെക്കുറിച്ച് പറഞ്ഞത്. പിന്നീടൊരിക്കലും ഞാനവളെ കണ്ടിട്ടില്ല. പക്ഷേ അവളുടെ അതേ രൂപഭാവങ്ങളോടെ മറ്റൊരാൾ എന്റെ ജീവിതത്തിലേക്ക് കടന്നുവന്നിരുന്നു. തനിച്ചു താമസിക്കാൻ ആരംഭിച്ചപ്പോൾ ഒരു സഹായിയെ വേണമെന്ന പത്രപ്പരസ്യം ചെയ്തപ്പോൾ ആയിരുന്നത്. അന്നയെ ആദ്യം കണ്ടപ്പോൾ പെട്രീഷ്യയാണെന്ന് തോന്നിയതുകൊണ്ടാണ് മറ്റാരെയും ഞാൻ അന്വേഷിക്കാതിരുന്നത്.

അത്രയും പറഞ്ഞുകൊണ്ട് റാഹേലമ്മച്ചി പിയാനോയിൽ വിരലുകളൂന്നി. മീൻവെട്ടുകാരൻ അന്നയുടെ മുതുകിൽ വിരലുകൾ ചലിപ്പിക്കുന്നതുപോലെതന്നെ ആയിരുന്നു അത്. പുറത്തെ മഴ വീണ്ടും ശക്തമായി, തുറന്നിട്ട ജാലകത്തിലുടെ ലീനയുടെ അച്ഛൻ കടന്നുവന്നു. അയാളുടെ കൈയിലപ്പോഴും അറ്റം കുരുക്കിട്ട കയറുണ്ടായിരുന്നു. എനിക്കരികെ വന്ന അയാൾ മുറിയിലെ ചൈനീസ് മണിയിലേക്ക് ആ കുരുക്ക് മുറുക്കി. പിയാനോയുടെയും മഴയുടേയും ശബ്ദത്തിനൊപ്പം ചൈനീസ് മണിയുടെയും ശബ്ദം മുറിയാകെ നിറഞ്ഞു.

കങ്കാണി മുടന്തുള്ള കാൽ ചലിപ്പിച്ചുകൊണ്ട് കട്ടിലിൽ ഇരുന്നു. ഞാൻ അലസമായി ഉപേക്ഷിച്ച പുസ്തകങ്ങളിൽനിന്നും ലീന നൽകിയ ഡയറിയെടുത്ത് മറിച്ചുനോക്കി. പൊടുന്നനെ അതിൽനിന്നും മത്സ്യകന്യകയുടെ രൂപമുള്ള അന്ന ഇറങ്ങിവന്നു. അവൾ മുറിയാകെ നടന്നു. അമ്മച്ചിയുടെ അരികിൽ, പിയാനോയോടു ചേർന്നു നിന്നു. മുറിക്കുള്ളിൽ നിറയെ കൊഴുത്ത ജലമണം നിറഞ്ഞു. തോടുകയറി വന്ന് പുഴയിൽ പടരുന്ന ജലച്ചെടിയുടെ മണമായിരുന്നു അതിന്. വിഷാദാത്മകമായ ശബ്ദത്തിൽ പിയാനോ അപ്പോഴും ശബ്ദിച്ചു. ഞാനപ്പോൾ അതുവരെ കാണാത്ത ലൂഥറിനെക്കുറിച്ച് ഓർത്തു. അയാളെ ഒന്നു കാണാൻ കഴിഞ്ഞെങ്കിലെന്ന് അതിയായി ആഗ്രഹിച്ചു.

അന്നയെ കണ്ടതും ലീനയുടെ അച്ഛൻ നേരത്തെ മുറുക്കിയ കുരുക്ക് കഴുത്തിൽ ചേർത്തു. ചൈനീസ് മണികൾ ആർത്തനാദം പുറപ്പെടുവിച്ചു കിലുങ്ങി. മുറിയാകമാനം ധൂമങ്ങളുയർന്നു, ഏറെ നേരമത് തുടർന്നു. പുറത്ത് മയിലുകളുടെ ശബ്ദമുയർന്നു കേട്ടപ്പോഴാണ് ഞാനുണർന്നത്. ലീന നൽകിയ ഡയറി എന്റെ നെഞ്ചിനു മുകളിൽ തുറന്നുകിടപ്പുണ്ടായിരുന്നു. കട്ടിലിൽനിന്നും എഴുന്നേറ്റ് നിലത്ത് കാൽ കുത്തിയപ്പോൾ തറയിൽ നിറയെ കൊഴുത്ത മീൻതൂളികൾ ചിതറിനിൽപ്പുണ്ടായിരുന്നു. സ്വപ്നമായിരുന്നോ അതോ എന്റെ തോന്നലുകളായിരുന്നോ കഴിഞ്ഞ രാത്രിയെന്ന് ആലോചിച്ചുകൊണ്ട് വീടിനു പുറത്തിറങ്ങിയ എന്നെ സ്വീകരിച്ചത് കത്തുന്ന വെയിലാണ്. അപ്പോഴാണ് രാത്രിയിലെ മഴയെക്കുറിച്ച് ഞാൻ ഓർത്തത്. അത് വെറും തോന്നലുകളാണെന്ന് അംഗീകരിക്കാൻ മനസ്സ്

തയ്യാറായില്ല. ഞാൻ രാത്രികളിലെ ഓരോ സംഭവങ്ങളും ഓർത്തെടുക്കാൻ ശ്രമിച്ചു.

മൂന്നു വർഷം മുൻപ് ലീന അവസാനമായി വന്ന മഴക്കാലവും അവൾ നൽകിയ പുസ്തകസഞ്ചിയിൽനിന്നും ഇന്നലെ രാത്രിയിൽ വായിക്കാനെടുത്ത പുസ്തകം തിരഞ്ഞ് അകത്തേക്ക് ഓടിക്കയറി. ഏറ്റവും അവസാനത്തെ താളും വായിച്ച നിലയിലത് കട്ടിലിനു മുകളിൽ കിടപ്പുണ്ടായിരുന്നു. ആത്മഹത്യയുടെ രസതന്ത്രം എന്നെഴുതിയ പുറംചട്ടയിൽ ലീന വരച്ചതെന്നു വ്യക്തമാവുന്ന ഒരു മുഖചിത്രമുണ്ട്. ഒരു മുറി, അതിനകത്ത് ചൈനീസ് മണികൾക്കു സമീപത്തെ കൊളുത്തിൽ പ്ലാസ്റ്റിക് കയറിൽ തൂങ്ങിനിൽക്കുന്ന ഒരു പുരുഷന്റെ ചിത്രവും, നിഴൽരൂപത്തിൽ വരച്ച മൂന്നു പെൺകുട്ടികളും അവരുടെ അമ്മയും മുകളിലേക്ക് കണ്ണുകളുയർത്തി നിൽക്കുന്നതുമായൊരു ചിത്രമായിരുന്നത്. ഫോണെടുത്ത് ഞാൻ ലീനയുടെ നമ്പർ ഡയൽ ചെയ്തു. മൂന്നാമത്തെ ശ്രമത്തിലാണവൾ ഫോണെടുത്തത്. ക്ഷീണിച്ച ശബ്ദത്തിൽ അവൾ വിപിൻ എന്നു വിളിച്ചപ്പോൾ മറന്നിട്ടില്ലെന്ന് മനസ്സിലായി.

‘‘അമ്മയും...’’

ശബ്ദത്തിലെ ക്ഷീണത്തെക്കുറിച്ചുള്ള ചോദ്യത്തിന് അവൾ പറഞ്ഞത് അതു മാത്രമായിരുന്നു. ഞാനെന്തോ വീണ്ടും ചോദിക്കാൻ തുടങ്ങുന്നതിനു മുൻപ് അവൾ ഫോൺ കട്ടു ചെയ്തു. മുഷിഞ്ഞ വീട്ടിനുള്ളിൽനിന്നും തീർത്തും പഴകിയതല്ലെന്നു തോന്നിയ വസ്ത്രം മാറ്റിയുടുത്തു. മാറ്റിയുടുക്കുമ്പോൾ പൊലീസ് സ്റ്റേഷനിൽ നിന്നും ലീന എനിക്കൊപ്പം വന്ന ദിവസത്തെ ഓർത്തെടുത്തു. അതേ മണമാണ് വീടിനുള്ളതെന്നും ഓർത്തു. പക്ഷേ ആ ദിവസത്തെ അപേക്ഷിച്ച് ദുർഗന്ധം തിരിച്ചറിയാൻ കഴിയുന്നുണ്ട് എന്നത് തീർത്തും അത്ഭുതമായി തോന്നി. ഒന്നുകിൽ ഞാൻ നിഷ്കാമിതനായ മനുഷ്യനാവുന്നു, അതേസമയംതന്നെ ഉച്ചത്തിൽ വിളിച്ചു പറയാൻ കഴിഞ്ഞിരിക്കുന്നു. അതു പൂർണ്ണമായും മനസ്സിലാക്കിയത് ലീന മാത്രമാണെന്നു തോന്നുന്നു.

അലമാരയിൽ അത്രകാലവും ഭദ്രമായി സൂക്ഷിച്ച, അവൾ സമ്മാനിച്ച ഉടുപ്പെടുത്ത് അണിഞ്ഞു. കാലങ്ങൾക്കു ശേഷം അണിഞ്ഞൊരുങ്ങി. എനിക്ക് വീണ്ടും ലൂതറിനെ കാണണമെന്നു തോന്നി. കങ്കാണി പറഞ്ഞിരുന്ന അടയാളങ്ങൾവെച്ച് ഞാനങ്ങോട്ടു പുറപ്പെട്ടു. അയാളെ കണ്ടതിനുശേഷം പാലക്കാട് ചെന്നു ലീനയെ കാണണം എന്നുറപ്പിച്ചു. യാത്രയിലുടനീളം മീരയെക്കുറിച്ച് ഓർത്തു. അവളോടെന്നല്ല ഒരു സ്ത്രീയോടും എനിക്ക് തോന്നാതിരുന്ന അനുരാഗത്തെക്കുറിച്ചും രതിച്ചോർപ്പുകളെക്കുറിച്ചും വീണ്ടും, വീണ്ടും ഓർത്തു. സത്യത്തിൽ അവരാരെയും എനിക്കങ്ങനെ കാണാൻ കഴിഞ്ഞിരുന്നില്ല. പുസ്തകശാലയിൽവെച്ച് മീൻവെട്ടുകാരൻ അന്നയുടെ ഉടലിൽ തലോടാൻ തുടങ്ങിയപ്പോൾ അതികഠിനമായി ഞാൻ വേദനിച്ചിരുന്നു.

ലൂതർ

പള്ളിയുടെ എതിർവശത്തുള്ള സ്റ്റോപ്പിൽ ബസിറങ്ങിയപ്പോൾ മുതൽ അപരിചിതമല്ലാത്ത ഒരിടത്ത് എത്തിയ പ്രതീതിയായിരുന്നു. നീല നിറമുള്ള കോളാമ്പിപ്പൂക്കൾ നിറഞ്ഞു പൂത്തുനിൽക്കുന്ന മതിലിനോട് ചാരിനിർത്തിയിരിക്കുന്ന സൈക്കിളിലേക്കാണ് ബസ്സിറങ്ങിയ ആദ്യനിമിഷം കാഴ്ച ഉടക്കിയത്. ദീർഘമായ ഒരു വഴിയിലേക്കുള്ള യാത്രക്കാരനെയും കാത്തിരിക്കുന്നതാണെന്നു തോന്നി. പള്ളിയുടെ ഇടതുവശത്തേക്കിറങ്ങുന്ന വഴിയിലേക്ക് നോക്കി നിന്നപ്പോൾ കങ്കാണി ആദ്യമായി വന്നിറങ്ങിയ ദിവസത്തെ മഴ ഒന്നുകൂടെ പെയ്തിരുന്നെങ്കിൽ എന്നാശിച്ചു. പക്ഷേ കനത്തു ചൂളുന്ന വെയിൽ ഒന്നുകൂടെ തടംവെച്ചു വെന്തു.

ആകാശത്തിനും ഭൂമിക്കും മധ്യേയുള്ള ഭാഗം ഒരു കണ്ണാടി പോലെ തിളങ്ങിനിന്നു. എവിടെനിന്നെങ്കിലും പിയാനോയുടെ ശബ്ദം വരുന്നുണ്ടോയെന്നറിയാൻ ചെവികൂർപ്പിച്ചു. ലൂതറിനെ തിരിച്ചറിയാൻ മറ്റൊരു വഴിയും ഇല്ലായിരുന്നു. പുതുതായി വന്നിറങ്ങിയ എന്നെ പലരും ഒളിച്ചുനോക്കുന്നുണ്ടാവുമെന്ന ചിന്ത അലോസരപ്പെടുത്തി. എത്രയും പെട്ടെന്ന് ലൂതറിനെ കാണാൻ പറ്റിയില്ലേൽ കുഴഞ്ഞതു തന്നെയാണെന്ന് ഉറപ്പിച്ചു. സെമിത്തേരി ലക്ഷ്യമാക്കി നടന്നു.

ആളുകളുടെ നോട്ടങ്ങളിൽനിന്നും രക്ഷപ്പെടുക എന്നതിലുമുപരി അവിടെ എവിടെയെങ്കിലും കുഴിവെട്ടുകാരനെ കാണാം എന്ന പ്രതീക്ഷയായിരുന്നു. പ്രതീക്ഷിച്ചതുപോലെതന്നെ സംഭവിച്ചു. നിറയെ പല നിറത്തിലുള്ള പൂക്കൾകൊണ്ട് അരികുകൾ തിരിച്ച സെമിത്തേരിയിൽ വയസ്സനായ അയാൾ കൂനിനിന്ന് കുഴിവെട്ടുന്നുണ്ടായിരുന്നു. എല്ലുകളുന്തി വെയിലേറ്റ് തിളങ്ങുന്ന അയാളെന്നെ കണ്ടതായി ശ്രദ്ധിച്ചതേയില്ല. ആഞ്ഞുകൊത്തി മണ്ണിളക്കി എടുക്കുകയായിരുന്നു. പുരാതനമായ ഏതോ കാലത്തുനിന്നും മൺവെട്ടികൾ മണ്ണിനെ ഇളക്കുന്നതുപോലെയാണ് എനിക്കപ്പോൾ തോന്നിയത്.

അയാളുടെ മുതുകത്ത് അളക്കാൻ പറ്റാത്തത്രയും ഭാരമുള്ളൊരു കുരിശ് കെട്ടിവെച്ചിട്ടുണ്ടെന്നു തോന്നി. അതിന്റെ നിഴലുകൾ എന്നെ മൂടിനിൽക്കുന്നതായി അനുഭവപ്പെട്ടു.

സസൂക്ഷ്മം അയാളുടെ പ്രവൃത്തികൾ നോക്കിനിന്നു. അയാളുടെ കണ്ണുകൾ നിറഞ്ഞൊഴുകുന്നത് കണ്ടതും ആരോടെന്നില്ലാതെ അയാൾ പിറുപിറുക്കുന്നതു കേട്ടതും അപ്പോൾ മാത്രമാണ്. ഞാനൊന്നു മുരടനക്കി അയാളുടെ ശ്രദ്ധ എന്നിലേക്ക് മാറ്റാൻ ശ്രമിച്ചെങ്കിലും അതും അയാൾ കേട്ടതായി ഭാവിക്കാതെ കുഴിവെട്ടുന്നതു തുടർന്നു. അസഹ്യമായ വേനൽച്ചൂടിൽ വിയർത്തൊലിച്ച് കുപ്പായം ദേഹത്തേക്ക് പറ്റിനിന്നു, മുൻവശത്തെ രണ്ട് കുടുക്കുകൾ അഴിച്ചിട്ട് അൽപം കാറ്റിനെ ശരീരത്തെ നനയ്ക്കാൻ വിട്ടുനൽകി ചുറ്റിലും കണ്ണോടിച്ചു.

കങ്കാണി പറഞ്ഞ സെമിത്തേരിപ്പുര വെയിലേറ്റ് കുമിഞ്ഞു നിന്നിരുന്നെങ്കിലും അങ്ങോട്ടേക്ക് കയറിനിൽക്കാതിരിക്കാൻ കഴിഞ്ഞില്ല. അവിടെ കയറി നിന്നുകൊണ്ട് കുഴിവെട്ടുകാരനെ നോക്കുമ്പോൾ അയാളൊരു ബീഡി കത്തിച്ചു. ചുണ്ടിൽ വെച്ചുകൊണ്ടുതന്നെ കുഴി വെട്ടുന്നതു തുടർന്നു. അൽപംപോലും തിരക്കില്ലാതെ പതിയെ, വളരെ ശ്രദ്ധയോടുകൂടെയാണ് അയാൾ അപ്പോൾ കുഴി വെട്ടിയിരുന്നത്. സാധാരണ ഒറ്റക്കുഴിക്കു പകരം അതിനകത്ത് വലതു വശത്തായി മറ്റൊരു കുഴികൂടെ വെട്ടുകയായിരുന്നു. പിയാനോയുടെ വലിപ്പമുള്ള ആ കുഴി പൂർത്തിയായപ്പോൾ അയാൾ പതിയെ മുകളിലേക്കു കയറിനിന്നു. ഇളകിക്കിടന്ന മണ്ണിൽ തൂമ്പ കൊത്തി നിർത്തി. രണ്ടു കൈകൾ വിരിച്ചു മേൽപ്പോട്ടു നോക്കി നിൽക്കുന്ന നിസ്സഹായനായൊരു മനുഷ്യനെപ്പോലെയാണത് എനിക്കു തോന്നിയത്.

മുണ്ടിന്റെ തുമ്പുയർത്തി മുഖം തുടച്ചുകൊണ്ട് അയാൾ എനിക്കരികിലേക്ക് വന്നു. ഒരു ബീഡി എനിക്കു നേർക്ക് നീട്ടി. വലിക്കില്ലെന്നു പറഞ്ഞപ്പോൾ അയാളൊന്നു ചിരിച്ചു, ചിരിയോടൊപ്പം തന്നെ ബീഡി കത്തിച്ചു സാവധാനം പുക ഉള്ളിലേക്കെടുത്തു. കുരിശേറ്റം കണ്ടു നിന്ന മനുഷ്യരിലുണ്ടായ അതേ സങ്കടം അയാളുടെ കണ്ണുകളിലുമുണ്ടായിരുന്നു. എന്നിട്ടും അയാളെന്നെ എവിടുത്തുകാരനാണെന്ന ഒറ്റ ചോദ്യംകൊണ്ട് ചേർത്തുപിടിച്ചു. ലൂതറിനെ..

‘‘ലൂതറിനെ?’’

എന്റെ ചോദ്യം പൂർത്തിയാവുംമുൻപേ അയാൾ പള്ളിയിലേക്ക് വന്നുകൊണ്ടിരുന്ന ആളുകളിലേക്ക് കൈചൂണ്ടി. ഒറ്റയും കൂട്ടമായും

ആളുകൾ വരുന്നത് അപ്പോൾ മാത്രമാണ് കണ്ടത്. അതേ സമയം തന്നെ സെമിത്തേരിയുടെ മതിൽക്കെട്ടിനകത്തേക്ക് ഒരു മയിൽ പറന്നിറങ്ങി. ചിറകുകൾ വിരിച്ചുവെച്ചത് വിഷാദാത്മകമായി നൃത്തം ചെയ്യാൻ തുടങ്ങി. വെയിൽ പൊടുന്നനെ മാഞ്ഞു, പടിഞ്ഞാറൻ കാറ്റിനൊപ്പം ചരൽക്കല്ലുകൾ പൊഴിയുന്നതുകണക്ക് മഴ പെയ്യാൻ തുടങ്ങി. ശവക്കുഴിയിൽ വെള്ളം അരിച്ചിറങ്ങാൻ തുടങ്ങിയപ്പോൾ ആരെല്ലാമോ പ്ലാസ്റ്റിക് പടുതയുമായി ഓടിവന്നു. നിമിഷനേരം കൊണ്ടവർ കയറുകൾ വലിച്ചു, പന്തൽ കെട്ടി.

''റാഹേലമ്മച്ചിയേയും മീരയേയും പോലെ അവനും ആത്മഹത്യ ചെയ്തു.''

''ആ വീടത്ര ശരിയല്ല.''

''കുറച്ചു നാളു മുൻപ് കുഴിവെട്ടുകാരനെ സഹായിക്കാൻ വന്ന വരത്തനും ചത്തെന്നാ കേട്ടത്, അയാളും അവരെ കൂടെത്തന്നെ ആയിരുന്നല്ലോ''

''അയാള് മാത്രമല്ല, അമ്മച്ചിയുടെ ഡ്രൈവറൊരുത്തനും ഡാമിൽ ചാടി ചത്തതല്ലേ?''

''ആ അന്നയും പുഴയിൽ ചാടി ചത്തതു തന്നെയാണ്.''

പന്തൽ പണിക്കാർ പരസ്പരം പറയുന്നതു കേട്ടപ്പോൾ എന്റെ നെഞ്ചിൽ ഭാരം നിറഞ്ഞു. ഞാനപ്പോൾ മഴയിലേക്കിറങ്ങി. അവസാനമായി ലൂതറിനെ കാണേണ്ടെന്ന് മനസ്സ് പറഞ്ഞു. അവൻ മരിച്ചിട്ടില്ലെന്ന് വിശ്വസിക്കാൻ മാത്രമേ എനിക്കു കഴിയുമായിരുന്നുള്ളൂ.

ആരോടും അതുവരെ പറയാതിരുന്ന രഹസ്യവും പേറി ഞാൻ ബസ്സ്റ്റോപ്പിലേക്ക് നടന്നു. മഴയെന്നെ ആകമാനം നനച്ചിട്ടും ഞാൻ പൊള്ളി. തലയ്ക്കുള്ളിൽ പിയാനോയുടെ സംഗീതം നേർത്തു മുഴങ്ങി. നഗരത്തിലേക്കുള്ള ബസ് അലർച്ചയോടെ മുന്നിൽ വന്നു നിന്നിട്ടും തലയ്ക്കുള്ളിലെ പിയാനോയുടെ ശബ്ദം നിലച്ചില്ല. നഗരത്തിൽ ചെന്നിറങ്ങുമ്പോൾ പാലക്കാട്ടേക്കുള്ള അവസാനത്തെ ബസ് പുറപ്പെടാൻ തുടങ്ങിയിരുന്നു.

ലീനയുടെ അമ്മയുടെ മരണം

രാത്രി ഏറെ വൈകി അവിടെ എത്തുമ്പോൾ മൂന്നു ദിവസം മുൻപാണ് അവരത് ചെയ്തതെന്ന് അറിഞ്ഞു. ഇരട്ടപ്പെൺകുട്ടികളും ലീനയും ഒരു മുറിയിൽ ഇരിക്കുകയായിരുന്നു. എന്നെ കണ്ടപ്പോൾ വിഷാദം മുറ്റിനിൽക്കുന്ന ചുണ്ടുകളിൽനിന്നുമൊരു തരി ചിരി ഉതിർക്കാൻ അവർ ശ്രമിച്ചിരുന്നു. മുറിയിൽനിന്നും പുറത്തിറങ്ങി വന്ന ലീനയോടൊപ്പം ഞാൻ മുറ്റത്തേക്കിറങ്ങി. അവിടെയപ്പോൾ ഒരു കൂട്ടം മയിലുകൾ പറന്നിറങ്ങി. കൈയിൽ മടക്കിപ്പിടിച്ച മുഷിഞ്ഞ കടലാസ് എനിക്കു നേർക്ക് നീട്ടി,

''അച്ഛനെപ്പോലെതന്നെ ഒരു കത്തെഴുതി അടുക്കളയിൽ വെച്ചിരുന്നു.''

അവളതു പറയുമ്പോൾ മയിലുകൾ ദൂരേയ്ക്ക് പറന്നു. നിലാവിന്റെ വെളിച്ചത്തിൽ ഞാനാ മുഷിഞ്ഞ കടലാസ് നിവർത്തി വായിച്ചു.

''മരിക്കണമെന്നു തോന്നി, മരിക്കുന്നു. വർഷങ്ങളായി തീരുമാനിച്ചുറപ്പിച്ചതാണ്. ഇന്നാണതിന് കഴിഞ്ഞത്, ഒരു തൂവലുപോലെ കനമില്ലാതായിരിക്കുന്നു. കടന്നുപോവുന്ന ഓരോ നിമിഷവും ആനന്ദകരമാണ്. ലൗകികമായതിനെയെല്ലാം ഉപേക്ഷിച്ചൊരുവൻ അപരാഹ്നത്തിലെ ആകാശക്കാഴ്ചകളിൽ പറന്നുപോവുന്ന രണ്ടിണക്കിളികളെ കാണുകയും അവയുടെ നിഴൽ പിന്തുടർന്നുകൊണ്ട് പടിഞ്ഞാറോട്ട് സഞ്ചരിക്കവേ അവന്റെ നിഴലിന് അപാരമായ നീളം വെച്ചതിൽ സന്തോഷത്താൽ മുട്ടുകുത്തിയിരുന്നു. നീയെന്റെ പാദങ്ങളുടെ അടയാളങ്ങളെ എന്നിൽനിന്നും മായ്ച്ചത് നീയെനിക്ക് നൽകിയ അനുഗ്രഹം തന്നെയാണെന്ന് ഞാനുറച്ചു വിശ്വസിക്കുന്നു. എന്നിരുന്നാലും ഞാനെവിടെയോ അദ്ദേഹത്തെ ഉപേക്ഷിച്ച് അലൗകികതയുടെ സുഖലോലുപതകളുടെ ആനന്ദത്തിലേക്ക് വഴിമാറിയെന്നു കരുതുമെന്നത് എന്നെ അങ്ങേയറ്റം സങ്കടത്തിന്റെ ഇരുൾ കൊണ്ട് നിറയ്ക്കപ്പെടുന്നു. എന്റെ കാഴ്ചകൾ, എന്റെ പ്രവൃത്തികൾ, എന്റെ